Masimulizi Kamilifu ya Alfu Lela U Lela

Au Siku Elfu Moja na Moja

8

Masimulizi Kamilifu ya Alfu Lela U Lela

AU SIKU ELFU MOJA NA MOJA

8

Mfasiri

Hassan Adam

MKUKI NA NYOTA
DAR–ES–SALAAM

KIMECHAPISHWA NA
Mkuki na Nyota Publishers Ltd,
S.L.P. 4246, Dar es Salaam, Tanzania
www.mkukinanyota.com

Toleo Jipya, 2016

ISBN 978-9987-08-014-4

Tembelea tovuti yetu www.mkukinanyota.com kujua zaidi kuhusu vitabu vyetu na jinsi pa kuvipata. Vilevile utaweza kusoma habari na mahojiano ya waandishi pamoja na taarifa za matukio yote yanayohusu vitabu kwa ujumla. Unaweza pia kujiunga na jarida pepe letu ili uwe wa kwanza kupata taarifa za matoleo mapya zitakazotumwa moja kwa moja kwenye sanduku la barua pepe yako.

Vitabu vya Mkuki na Nyota vinasambazwa nje ya Afrika na African Books Collective.
www.africanbookscollective.com

Yaliyomo

Utangulizi

Hakika asili ya hadithi za *ALFU LELA U LELA* ni Asia, hasa Arabuni, Bara Hindi, na Ajemi. Asasi hii inasemekana imetoka katika kitabu kimoja cha Ki-Ajemi cha hadithi za majini kiitwacho *Hazar Afsanah,* yaani Visa Elfu Moja, kilichotafsiriwa Kiarabu mwaka 850. Wanazuoni wa sasa waliotafiti zaidi juu ya hadithi hizi, wanasema kuwa chimbuko hasa la *ALFU LELA U LELA* ni Bara Hindi na Ajemi. Walakini, wasimulizi wa nchi mbalimbali wa hadithi hizi, kila walipozisimulia, waliongeza hadithi na visa vingi vya kikwao mpaka hadithi zikaongezeka idadi, zikawa za vitabu chungu nzima!

Hadithi hizi zipendwazo sana na walimwengu, na zilizotafsiriwa kwa lugha nyingi, zimeletwa Ulaya, kwa mara ya kwanza, na Mfaransa mmoja aliyeitwa Antoine Galland (1646-1715), aliyekuwa na taaluma ya mambo ya Kiarabu, na aliyesafiri sana Mashariki ya Kati nyakati hizo; halafu zilitafsiriwa kwa Kijerumani mwaka 1865 na Profesa Gustav Weil, mtaalamu wa Mashariki ya Kati.

Ingawa hadithi hizi zilitafsiriwa kwa Kiingereza, kwa mara ya kwanza (1706-8) na mtu asiyejulikana, tafsiri kamili kwa lugha ya Kiingereza, ilifanywa na John Payne (1882-4). Walakini, tafsiri iliyopendwa zaidi ni ile ya Sir Richard Burton (1885-6) ya madutu 10.

Hadithi hizi, ambazo zilitoweka Tanzania baada ya Uhuru, zilitafsiriwa kwa lugha ya Kiswahili na Edwin W. Brenn katika mwaka 1928 kwa uongozi, ufupishaji na uhariri wa F. Johnson. Wao walizifupisha, wakazibadili (kwa mfano, safari ya saba ya Sindbad) kwa sababu zisizojulikana.

Mimi, katika toleo hili jipya, nimetoa tafsiri mpya kamili kutoka katika vitabu vya lugha ya Kiingereza na Kijerumani bila kuzihariri wala kuzifupisha isipokuwa sehemu fulani fulani tu ambazo nimeona huenda zikaeleweka vibaya.

Kwa kuwa hadithi hizi ni za asili ya Kiarabu, nimejaribu kutumia maneno fulani fulani ya asili ya Kiarabu kama yaandikwavyo au yatamkwavyo kwa lugha hiyo, na kama yalivyotumiwa katika tafsiri nyingi. Walakini, maneno hayo nimeyaeleza kwa Kiswahili katika faharisi kama yajulikanavyo na yalivyoandikwa katika kamusi ya Kiswahili Sanifu.

Sina budi kusisitiza humu kuwa kabla Wareno, wazungu wa kwanza kukanyaga mwambao wa Afrika Mashariki mnamo mwaka 1498, kwa uongozi wa nahodha Vasco da Gama, wakivinjari Afrika wakitafuta njia ya kuelekea Bara Hindi, Waswahili, toka enzi na enzi, waliingiliana na wafanyabiashara na mabaharia kutoka Ajemi (Persia), Arabuni, na Bara Hindi. Kuna ushahidi kamili wa kihistoria unaothibitisha pia kuwa hata Wachina na Wa-Indonesia wa kale walifika mwambao wa Afrika Mashariki kuitwako Uswahilini. Hivyo basi, ngano, visa na hadithi nyingi za Kiswahili zilizosimuliwa na Waswahili toka enzi za kale, kuna nyingi zilizoathiriwa na nchi hizo, na kuna za asili ya nchi hizo ambazo, baada ya miaka nenda, mwisho zikawa za Kiswahili. Kwa hiyo, kuzikana au kuzifutilia mbali ni kinyume cha kanuni za fasihi. Haiwezekani, kwa mfano, kwa sababu fulani fulani, ngano, hadithi, au visa vya Kizulu, Kirusi au Kijapani, vikabadilishwa na kudai kuwa ni vya Kiingereza, Kiarabu, au Kichina! Fasihi ikiwa ni nzuri, hutasfiriwa kwa lugha nyingi za dunia kwa manufaa ya walimwengu. Lakini fasihi hiyo hubaki ya asasi yake. Hivyo basi, nimeona ni kheri picha za tafsiri hii mpya ya *ALFU LELA U LELA* ziwe za kiasili kama zilivyochapishwa katika matoleo ya kwanza ya lugha mbalimbali, kwani Shahrazad au Sindbad hawakuwa wa asili ya Kiafrika!

Kwa kumalizia, naishukuru aila yangu kwa uvumilivu wao wa kuukabili upweke wakati nilipokuwa nikitumia wakati wangu mwingi kuzitafsiri hadithi hizi ofisini, wakati ambao wangefurahi kuwa nami. Shukrani nyingi za dhati nazitoa pia kwa ustadh Omar Babu, M.A., mhadhiri wa Kiswahili katika Chuo Kikuu cha Cologne, Ujerumani, kwa kuupitia mswada huu, na kwa ushauri wake. Kwa kumaliza, tafsiri hii isingewezekana kama si nafasi na msaada wa hali na mali niliopewa na Taasisi ya Taaluma ya Kiafrika, Chuo Kikuu cha Cologne, Ujerumani.

Hassan Adam ,
Cologne, Germany
Desemba 2007

Hassan wa Basrah na Binti Mfalme wa Majini wa Kisiwa cha Waq

Hapo zamani za kale, Shahrazad alianza kusimulia tena, aliishi kijana mmoja aliyeitwa Hassan, aliyerithi utajiri mkubwa kutoka kwa marehemu baba yake. Huyu kijana, baada ya kuurithi ule utajiri mkubwa, alianza kuufuja kwa kuutumia kwa maisha ya anasa akiwafurahisha na kuwastarehesha marafiki zake kwenye bustani yake mpaka ule utajiri ukamwishia.

Wale marafiki zake walipoona ameishiwa kabisa, walimkimbia; ikawa yeye na mama yake hawana chochote – wakashindwa hata kujipatia maakuli ya namna yoyote. Baada ya siku tatu ya kushinda na njaa mle nyumbani mwao bila kujua la kufanya, Hassan alitoka. Njiani alikutana na mtu mmoja aliyekuwa rafiki wa marehemu baba yake. Aliposikia ile hali ya ufukara aliyokuwamo yule kijana na mama yake, yule mtu alimwambia, "Mwanangu, nina ndugu aliye sonara. Kama unataka, nitakupeleka kwake ukajifunze sanaa yake. Ukifanya bidii, utakuwa sonara hodari wa kuweza kujipatia vizuri riziki yako."

Hassan alikubali, akaongozana na yule mtu. Walipofika, yule mtu alimwambia ndugu yake, "Kijana huyu ni kama mwanangu; tafadhali mfunze sanaa yako."

Hassan alijifunza vizuri ile sanaa. Siku moja wakati alipokuwa mle dukani, alijiwa na Mwajemi mmoja aliyekuwa na ndevu ndefu nyeupe, na aliyekuwa na kilemba kichwani, na aliyeonekana kama mfanyabiashara. Mwajemi akawa anaiangalia ile kazi iliyofanywa na yule kijana kana kwamba yeye ni mjuzi wa ile sanaa. Alifurahishwa nayo, halafu alitingisha kichwa, akamwambia Hassan, "Wallahi, wewe ni sonara hodari!" Huku akiendelea kuikagua kazi iliyokwishafanywa, wakati Hassan akisoma kitabu alichokuwa nacho mkononi, huku watu wakipita barabarani.

Baada ya swala ya alasiri, na watu walipopungua dukani, yule Mwajemi alifika tena, akamwambia Hassan, "Mwanangu, wewe ni kijana hodari! Nimesikia huna baba; na mimi sina mwana. Mimi najua sanaa ambayo hakuna mfano wake katika dunia nzima. Wengi wametaka niwafundishe lakini nilikataa kuwafunza. Lakini, kwa furaha, nitakufundisha wewe kwa sababu ya kukupenda kama mwanangu. Sanaa hiyo itakutoa katika ufukara na kutoka katika kazi hii ngumu ya kutumia nyundo, makaa na moto mkali."

"Seyyid yangu," alisema Hassan, "utanifunza lini sanaa hiyo?"

"Kesho, Inshaallah," alijibu yule Mwajemi. "Nitakuja na kukubadilishia shaba kuwa dhahabu safi!"

Hassan aliposikia vile, alifurahi kupita kiasi, akaendelea kuongea na yule Mwajemi mpaka jioni wakati walipoagana. Yeye, Hassan, alielekea kwa mama yake, na yule Mwajemi akaenda zake.

Wakati wakila, mawazo yote ya Hassan yalikuwa kwa yale aliyoambiwa na yule Mwajemi. Ndipo mama yake alipomwuliza alichokuwa nacho moyoni, na yeye akamwambia yale aliyoambiwa na yule Mwajemi. Mama yake aliposikia vile, alishtuka, akasema, "Mwanangu, jihadhari na maneno ya watu, hasa na Waajemi; usiwaamini, kwani wengi wao ni wajanja na wadanganyifu wabashirio mambo yasiyo ya kweli, wakawanyang'anya watu mali zao!"

"Mama," alijibu Hassan, "sisi ni maskini tusio na chochote anachoweza kutuibia. Hakika, Mwajemi huyu ni mzee mwenye heshima zake. Mwenyezi Mungu Amemwongoza mpaka kwangu, Akamfanya anionee huruma, na kunichagua kama mwanawe."

Mama yake alibaki kimya huku amejaa hasira, na Hassan naye akaupitisha ule usiku akiwa anayafikiria tu yale aliyoambiwa na yule Mwajemi, akashindwa kupata usingizi kwa ajili ya furaha aliyokuwa nayo ya hapo kesho atakapoonyeshwa hiyo sanaa mpya ya kuweza kubadili shaba kuwa dhahabu safi!

Asubuhi, Hassan alielekea kule dukani, na baada ya muda mfupi, yule Mwajemi alitokea. Hassan alisimama ili kumpokea, na alikuwa tayari kumbusu mikono, lakini yule Mwajemi alimkataza, akamwambia, "O Hassan, washa moto na weka motoni jungu la kuyeyushia madini."

Hassan alifanya kama vile alivyoambiwa. Halafu yule Mwajemi aliuliza, "Je, mwanangu, una shaba yoyote humu dukani?" Hassan alimjibu, "Tuna sinia bovu la shaba lililotoboka."

Yule Mwajemi alimwambia alikatekate vipande vidogodogo, avitie mle junguni. Walichochea moto kwa mafutuza kama viriba, mpaka ile shaba ikayeyuka kabisa. Mwajemi alitoa karatasi iliyokunjwa kutoka ndani ya kilemba chake, akaifungua, akamwaga mle chunguni namna ya vumbi, halafu akamwambia Hassan aupulize tena ule moto kwa yale mafutuza. Mara ile shaba iligeuka, ikawa dhahabu!

Hassan alipoona vile, alifurahi kupita kiasi. Ile dhahabu ilipogeuka kuwa kipande, Hassan alikitoa mle junguni. Kilipopoa, alikijaribu kwa kutumia tupa, akahakikisha kabisa kuwa ile ilikuwa dhahabu safi kabisa. Hapo furaha yake ilizidi kupita kiasi, akamshika mkono yule Mwajemi, akaubusu. Lakini yule Mwajemi alimkataza, akamwambia, "Chukua hicho kipande cha dhahabu uende nacho sokoni ukakiuze; fedha utakazopata, zichukue haraka bila kusema neno lolote, uondoke."

Hassan alikwenda sokoni, akamkabidhi *mnadi* mmoja kile kipande cha dhahabu. *Mnadi* alikipokea, akakisugua kwa tupa, akahakikisha kuwa ni dhahabu safi kabisa! Ndipo aliinadi mpaka ikafikia dirham elfu kumi na tano! Hassan alipokea zile fedha, akaenda nazo nyumbani, akamweleza mama yake yale yaliyotokea, akisema, "Mama, nimeshajifunza sanaa hii."

Lakini mama yake alicheka, akasema, "Hakuna mwenye nguvu na mwenye uwezo isipokuwa Allah Aliye Mkuu!" Akanyamaza kwa hasira.

Kwa sababu ya kutojua kwake, Hassan alichukua mchi mdogo wa shaba, akarejea nao dukani, akamkabidhi yule Mwajemi ambaye bado alikuwa pale. Yule Mwajemi alimwuliza, "Mwanangu, unataka kuufanya nini mchi huu?"

"Tuutie motoni," alijibu Hassan, "tuufanye kipande cha dhahabu!"

Yule Mwajemi alicheka, akasema, "Mwanangu, una wazimu nini! Unafikiri unaweza kwenda sokoni tena na kipande kingine cha dhahabu baada ya siku moja? Hufikiri kuwa watu watatushuku tukapoteza maisha yetu? Nikikufundisha sanaa hii, itakubidi uitumie mara moja kwa mwaka, kwani dhahabu utakayoitengeneza siku moja, itakutosha kwa matumizi yako ya mwaka mzima!"

"Kweli, Seyyid yangu," alijibu.

Basi Hassan alikaa akaanza kutia makaa kwenye jiko, akalibandika motoni jungu la kuyeyushia. Yule Mwajemi alimwuliza, "Unataka kufanya nini, mwanangu?"

"Nataka unifundishe ile sanaa," alijibu Hassan.

"Hakuna mwenye nguvu na mwenye uwezo isipokuwa Allah!" Alijibu Mwajemi akicheka, akiongeza, "Mwanangu, naona hustahili kujua sanaa hii muhimu. Unawezaje kukisia kuwa unaweza kufundishwa sanaa hii njiani au sokoni? Tukianza kujishughulisha nayo hapa, watu watasema tunafanya *alkemia*, na hakimu atakaposikia, tunaweza kupoteza maisha yetu. Kwa hiyo, mwanangu, kama unataka kuijua sanaa hii mara moja, twende kwangu."

Hassan alifunga duka lake, akaongozana na yule Mwajemi. Lakini walipokuwa njiani, aliyakumbuka yale maneno ya mama yake, akasimama, akainamisha kichwa kwa kutafakari. Yule Mwajemi alipoona vile, alimgeukia, akacheka, akamwuliza, "Una nini? Nimekuchagua kwa moyo safi kwa madhumuni ya kukufundisha sanaa yangu, na wewe unafikiri labda nitakudhuru! Kama unaogopa kuongozana nami mpaka kwangu, turudi nikakufundishie huko kwenu."

Hassan alikubali, akaongoza njia kuelekea nyumbani kwao, yule Mwajemi akimfuata nyuma. Walipowasili, alimwacha yule Mwajemi amesimama mlangoni, yeye akaingia ndani, akamweleza mama yake. Mama yake aliitayarisha nyumba kwa kupanga vizuri kila kitu. Alipomaliza, mwanawe alimwambia mama yake aende akatembee kwa majirani, halafu yeye akamkaribisha ndani yule Mwajemi.

Hassan alichukua vyombo, akaelekea sokoni; na baada ya muda alirejea na chakula alichomwandalia yule Mwajemi, akamwambia, "Tafadhali kula, Seyyid yangu; labda kuna udugu baina yetu kwa 'kula chumvi na mkate' wetu kama isemwavyo! Mwenyezi Mungu Amlaani yule asiye mwaminifu, na atakayevunja uhusiano wetu huu!"

Yule Mwajemi alitabasamu, akamjibu, "Kweli, mwanangu! Ni nani ajuaye wema wa 'kula chumvi na mkate'?"

Alipotamka maneno hayo, yule Mwajemi alikula na Hassan mpaka wote wawili wakashiba. Halafu yule Mwajemi alisema, "Mwanangu Hassan, nenda ukatuletee vitamutamu!" Hassan alikwenda sokoni akavinunua, akavileta. Walipomaliza kuvila, yule Mwajemi alitamka, "Mwenyezi Mungu Akubariki, mwanangu! Ni watu kama wewe ndio wastahilio kushirikiana nao na kuwafunulia siri na kuwafunza yale yenye faida na manufaa!" Akaongeza, "Haya, Hassan, kalete vyombo!"

Mara alipoambiwa vile, Hassan alitoka mle mbio kama umeme, akaelekea kule dukani, akavikusanya vile vyombo vilivyohitajika kwa ile kazi, akarejea navyo mara moja, akaviweka mbele ya yule Mwajemi.

"Hassan," alitamka yule Mwajemi, "kama sikukupenda kama mwanangu, nisingekufunulia siri yangu, kwani hivi sasa sina kitu kingine chochote isipokuwa nilicho nacho ndani ya karatasi hii. Lakini nitakuonyesha jinsi ya kutumia mchanganyiko wa dawa iliyomo ndani ya karatasi hii. Ujue, mwanangu kuwa, kila ratili kumi ya shaba, inahitaji kiasi fulani cha dawa iliyomo ndani ya karatasi hii. Na ukiitumia, mara hiyo hiyo, kama ulivyoona, shaba itageuka kuwa dhahabu safi kabisa. Ndani ya karatasi hii, kwa kufuatana na kipimo cha Misri, mna wakia tatu, na utakapokitumia, nitakutengenezea zaidi."

Hassan alipokea ile karatasi, ndani akaona mna poda laini sana ya rangi ya njano, akamwuliza yule Mwajemi, "Seyyid yangu, mchanganyiko wa poda hii unaitwaje, na unapatikana wapi, na unatengenezwaje?"

Yule Mwajemi alicheka, akamwambia, "Kwa nini unauliza? Inaonekana huna subira!"

Hassan alinyanyuka, akaenda akaleta bakuli la shaba lililokuwa mle nyumbani mwao, akalikatakata vipande, akavitia ndani ya jungu. Halafu alimwagia idadi fulani ya ile poda, na mara ileile ile shaba iligeuka kuwa dhahabu! Hassan alipoona vile, alifurahi kupita kiasi; ikawa kichwani mwake hana jambo jingine lolote isipokuwa dhahabu tu!

Wakati Hassan akitoa vile vipande vya dhahabu kutoka katika lile jungu, yule Mwajemi alitoa kilembani mwake namna ya dawa nyingine kutoka Kreta ambayo, hata kama tembo angeinusa, angelala usiku kucha kama mfu! Aliikata kipande kidogo, akakichanganya na kipande cha vile vitamutamu, akamwambia Hassan, "Sasa umekuwa mwanangu nimpendaye kuliko roho yangu. Utajiri wangu na binti yangu wa pekee asiye na mfano kwa uzuri, hakuna mwingine wa kumstahili isipokuwa wewe! Mwenyezi Mungu Akinijaalia, nitakuoza wewe!"

"Mimi ni mtumishi wako," alijibu Hassan, akiongeza, "na lolote utakaloniambia, kwa uwezo wa Mola, nitalifanya; mradi tu liwe la haki."

"Mwanangu," alitamka yule Mwajemi, "uwe na subira na yote mema yatakuwa yako."

Alipotamka hayo, alimkabidhi kile kipande cha vitamutamu, Hassan alikipokea, akambusu mkono yule Mwajemi, bila kujali litakalotokea, alikitia mdomoni. Mara tu alipokimeza, alianguka, akapotewa fahamu!

Hassan Akapotewa Fahamu!

Yule Mwajemi alifurahi, akatamka, "Umeingia mtegoni mwangu, mbwa we! Nimekutafuta kwa muda wa miaka kadhaa, na sasa nimekupata!"

Basi alimfunga Hassan mikono na miguu, akamtia ndani ya kasha kubwa alilolikusudia kwa madhumuni hayo, akalifunga. Halafu alichukua sanduku, akalijaza vitu vyote vya Hassan, pamoja na ile dhahabu, akalifunga. Alipomaliza, alikimbilia sokoni, akamchukua hamali wa kumbebea, akatoka na lile kasha na sanduku mpaka mbali pwani kulikotia nanga merikebu moja alikosubiriwa na nahodha wa hiyo merikebu. Kwa hiyo, mabaharia walipomwona, walimkimbilia, wakambebea yale makasha mpaka merikebuni. Halafu Mwajemi alimwamrisha nahodha, akimwambia, "Twika tanga na ng'oa nanga, kwani nimeshakamilisha kazi yangu." Ile merikebu ikaelekea bahari kuu kwa upepo mzuri uliokuwa ukivuma.

Huko nyuma mama Hassan alimsubiri mwanawe mpaka usiku wa manane bila kujua aliko wala alikopotelea. Alipoona hatokei, alielekea kule dukani, akafungua mlango, akaingia ndani, akaona hamna mtu wala yale makasha wala mali ya mwanawe. Hapo akatambua kuwa mwanawe ameshapotea; akaanza kupiga mayowe akijipiga makonde ya usoni, akazichana nguo, akisema, "Balaa gani hii iliyoniangukia, mwanangu!"

Aliendelea kuomboleza mpaka kulipokucha, wakati alipojiwa na majirani na kumwuliza aliko mwanawe, na yeye akawaambia yaliyompata kutokana na yule Mwajemi, akiwahakikishia kuwa hatamwona tena mwanawe. Halafu alizunguka mle nyumbani akilia mpaka mwisho aliona mistari miwili iliyoandikwa ukutani. Mara ileile alituma mtu akamwitie msomi aliyemsomea:

"Taswira ya Leila ilinijia katika ndoto wakati wa kupambazuka ulipokaribia, na usingizi bado ukitawala, na wenzangu jangwani wakiwa bado wamelala. Lakini nilipoamka, kutoka katika ile ndoto iliyonitembelea, nikaona kutupu, na mahali pa miadi yetu ni mbali."

Aliposikia hayo, yule mama alilia, akisema, "Ndiyo, mwanangu, sasa nyumba hii ni tupu, na uliko ni mbali!"

Wale majirani, baada ya kumwombea dua ya kukutana tena na mwanawe, walimwacha, wakatoka. Lakini yeye hakuacha kuomboleza usiku kucha na mchana kutwa; mwisho alijenga kaburi katikati ya nyumba, akaandika jina la mwanawe Hassan na ile tarehe ya kutoweka kwake, akabaki hapo usiku na mchana.

Yule Mwajemi alikuwa mchawi aliyewachukia sana Waislamu, na aliyemwangamiza kila aliyeingia mikononi mwake. Alikuwa mtabiri mwovu, mtafuta hazina zilizofichika, na aliyetumia kemia. Jina lake lilikuwa Behram Mchawi; na kila mwaka alimchukua Mwislamu, akamchinja kutoa kafara. Kwa hiyo, alipotumia uganga wake kwa Hassan Sonara, alisafiri naye usiku wa manane wenye giza totoro. Asubuhi aliwaamrisha watumishi wake wakamletee lile kasha alimokuwamo Hassan. Alilifungua, akamtoa yule kijana, akamnusisha poda fulani puani. Hassan alipiga chafya, akafungua macho, akatazama huko na huko, akajikuta yumo ndani ya merikebu iliyokuwa ikipasua bahari kwa kasi. Alimwona yule Mwajemi ameketi karibu yake. Hapo ndipo alipotambua kuwa yule Mwajemi ndiye aliyemdanganya, na kwamba ameingia katika ile hatari aliyoonywa na mama yake. Hapo akatamka, "*La haula wala quwata illa billahi. Inna Lillahi wa inna Ilayhi raaji'un*, (Hakuna mwenye nguvu na mwenye uwezo isipokuwa Allah. Sisi tumeumbwa naye, na kwake tutarejea!). Ewe Mwenyezi Mungu wangu, nionee huruma unipe subira ya kustahamili yote haya!"

Halafu alimgeukia yule Mwajemi, akamwambia kwa sauti dhaifu, "Ewe ammi yangu, haya ni mambo gani, na uko wapi ule uhusiano wetu wa 'kula chumvi na mkate' ulioniapia?"

Lakini Behram alimwangalia, akamjibu, "Ewe mbwa, unafikiri mtu kama mimi anajua uhusiano wa kuapiana na wa 'kula chumvi na mkate?' Nimeshaua vijana wengi, wewe ndiye utakayetimiza idadi ya elfu moja!" Hassan aliyekuwa kimya, alipiga kelele, akajua kuwa ameangamia!

Yule mchawi mwovu, baada ya kutoa amri afunguliwe na apewe maji kidogo ya kunywa, alicheka, akasema, "Kwa jina la moto na mwangaza, na kivuli na joto, sikutazamia kuwa utaingia mikononi mwangu! Lakini moto ndio ulionipa ushindi dhidi yako, nikakupata ili nitimize yale ninayoyataka, halafu nirudi, nikakutoe kafara ili matakwa yangu yakubalike."

"Umenidanganya," alitamka Hassan, "na umevunja ile ahadi ya kiapo cha 'kula chumvi na mkate.'"

Yule mchawi aliinua mkono, akamzaba makofi Hassan mpaka yule kijana akaanguka, akatokwa machozi yaliyomtiririka mashavuni. Halafu Behram aliwaamrisha watumishi wake wawashe moto. Hassan akauliza, "Unataka kuufanya nini?"

"Huu ni moto utoao mwangaza na cheche," alijibu yule mchawi. "Huu ndio niuabuduo, na wewe kama utauabudu, nitakupa nusu ya utajiri wangu, na nitakuoza binti yangu."

"Sahau hilo!" Alijibu Hassan. "Wewe ni kafiri na mchawi uabuduye moto badala ya Mwenyezi Mungu, Mwumba wa usiku na mchana. Ulifanyalo ni janga na dhambi kubwa!"

Kusikia vile, yule mchawi alipandisha hasira, akamwuliza, "Je, hutanifuata, ewe mbwa we, na kufuata imani yangu?"

Hassan alipokataa, yule mchawi laana alinyanyuka, akalala kifudifudi mbele ya ule moto, akawaambia watumishi wake, wamlaze naye kifudifudi. Walifanya vile walivyoambiwa, halafu alimtandika Hassan kwa kiboko mpaka mwili ukampasukapasuka huku yule kijana akiomba msaada. Lakini hakuna aliyemsaidia. Hassan alinyanyua macho juu, akaomba msaada kutoka kwa Mola wake, wakati machozi yakimtiririka.

Hassan Akitandikwa Viboko

Yule mchawi aliwaamrisha watumishi na watumwa wake wamnyanyue, wamkalishe, wampe nyama kidogo na kinywaji. Walimletea, lakini yule kijana alikataa kula na kunywa. Na Behram alipoona vile, moyo wake ulizidi kuwa mgumu dhidi ya yule kijana, akaendelea kumwadhibu usiku na mchana wakati wa ile safari yao, huku Hassan akistahamili na kumwomba Mola wake Mwenye nguvu na uwezo wote.

Waliendelea na safari yao hiyo ya baharini kwa muda wa miezi mitatu mpaka siku moja Mwenyezi Mungu Aliuzusha upepo mkali uliopambana nao. Bahari ilianza kuwa nyeusi na mawimbi yakapanda juu na kushuka chini kwa nguvu. Nahodha wa ile merikebu na mabaharia wake walipoona vile, walisema, "Wallahi, yote haya yanatokana na yule kijana ambaye, kwa muda wa miezi mitatu, amekuwa akiadhibiwa na kuteswa na huyu mchawi. Hakika, hili ni kinyume cha sheria, na ni dhambi kubwa mbele ya Mwenyezi Mungu!"

Wote waliasi dhidi ya yule mchawi, wakaanza kuwaua watumishi wake na wote wengine aliokuwa nao. Alipoona vile, Behram alijua kuwa na yeye anakabili kifo; akaanza kuyakhofia maisha yake. Basi mara ileile alimfungua Hassan, akambadilisha zile nguo kuukuu alizozivaa, akamvisha nyingine nzuri safi. Halafu alimtolea Hassan sababu za kumtesa vile, akimwahidi kuwa sasa atamfundisha ile sanaa, na atamrudisha kwao, akimwambia, "Ah, mwanangu, usinione mwovu kwa yale niliyokutenda!"

"Nawezaje kuwa na imani nawe tena?" Alitamka Hassan. Lakini Behram alisema, "Mwanangu, kwa ile adhabu hakuna msamaha. Lakini ujue kuwa nimefanya vile kwa kuujaribu ustahamilivu wako."

Yule nahodha na mabaharia wake walifurahi kumwona Hassan ameachwa huru, naye aliwaombea Mwenyezi Mungu Awabariki wote kwa vile vitendo vyao. Ghafla, ule upepo nao ulipungua, giza likatoweka, hali ya hewa ikabadilika,wakaendelea na safari yao kwa upepo mzuri. Hassan akamwuliza Behram, "Ewe Mwajemi, tunaelekea wapi?"

"Mwanangu," alijibu yule mchawi, "tunaelekea kwenye Mlima wa Mawingu, ambako kunapatikana ule mchanganyiko wa ile dawa niliyoitumia kubadilishia shaba kuwa dhahabu." Akamwapia kwa jina la moto na mwangaza anaouabudu kuwa, asiwe na khofu yoyote ya kumwogopa. Hassan aliposikia vile, moyo ulimtulia, akaendelea kula na kunywa na kulala karibu na yule mchawi.

Kwa muda wa miezi mitatu mingine walisafiri, mwisho walitia nanga karibu na ufukwe wenye kokoto za rangi tofauti: nyeupe, njano, samawati, na nyeusi. Yule mchawi alinyanyuka, akamwambia Hassan, "Njoo, twende pwani, kwani tumeshafika mwisho wa safari yetu."

Hassan alinyanyuka, akamfuata Behram mpaka pwani, wakati yule mchawi akimwachia nahodha mali yake iliyokuwa mle merikebuni. Waliendelea kutembea mpaka walipotoweka kutoka merikebuni. Ndipo Behram akakaa chini, akatoa mfukoni mwake *tari* ya shaba, na mkanda uliofungwa kwa uzi wa hariri uliokuwa na hirizi, akaipiga ile tari, mara pakazuka wingu la vumbi kutoka mbali upande wa jangwani!

Hassan alivistaajabia vile vitendo vya yule mchawi, akaanza kubadilika rangi ya uso, na kumwogopa yule mchawi akijuta kuja naye kule pwani. Lakini Behram alimwangalia, akasema, "Una nini, mwanangu? Kwa jina la moto na mwangaza, usiniogope, kwani kama si wewe kuwa mtekelezaji wa shughuli zangu, nisingekuleta hapa pwani. Kwa hiyo, furahi, mwanangu! Lile wingu la vumbi ni ngamia tutakaowapanda na watakaotusaidia kulivuka jangwa, na kuturahisishia safari yetu."

Behram Akikipiga Kigoma

Mara lile vumbi lilitua, wakaona ngamia watatu. Behram alipanda mmoja na wa pili alipanda Hassan. Wa tatu walimpakia vitu vyao, wakaanza safari iliyowachukua siku saba mpaka wakafika kwenye uwanja mpana, wakaona gofu lenye nguzo nne za dhahabu nyekundu. Walishuka, wakaingia mle ndani, wakala, wakanywa, wakapumzika.

Katika kutazamatazama huko na huko, Hassan aliona kitu kwa mbali, akamwuliza yule mchawi, "Ammi, kile ni kitu gani?"

"Lile ni kasri," alijibu Behram.

"Je, tutakwenda kuliangalia na kupumzika huko?" Aliuliza tena Hassan.

Lakini yule Mwajemi alikasirika, akasema, "Usinitajie lile kasri, kwani humo ndani mnaishi adui yangu ambaye, kwa hivi sasa, sina wakati wa kukueleza habari zake!" Akaanza kupiga ile tari, na mara wale ngamia walitokea, wakawapanda, wakaendelea na safiri yao kwa muda wa siku saba nyingine. Siku ya nane, yule mchawi aliuliza, "Je, Hassan, unaona nini?"

"Ninaona mawingu na ukungu kati ya mashariki na magharibi."

"Hayo si mawingu wala ukungu," alijibu Behram, "bali ni mlima mkubwa mrefu ambao umegawanywa na yale mawingu. Na hakuna mawingu juu yake, bali ni urefu wake tu. Huo mlima ndio mwisho wa safari yetu, na ndiko tulikokusudia kufika. Na huko ndiko sababu nimekuchukua, kwani shughuli yangu haitekelezeki bila wewe."

Hassan aliposikia vile, alitambua kuwa amepotea, akamwambia yule mchawi, "Kwa jina la vile unavyoviabudu, na imani unayoifuata, nakusihi, niambie sababu ya kunileta huku!"

"Utaalamu wa kemia hautafanikiwa bila majani fulani yaotayo pale panapopitiwa na mawingu na yanapotengana, na huko ni kule mlimani. Kwa hiyo, nataka uende kule ukayachume. Tutakapoyapata, nitakuonyesha siri ya ile sanaa unayotaka kujifunza."

Katika woga wake, Hassan alijibu, "Vema, Seyyid yangu." Na, hakika, alikata tamaa ya maisha, akaanza kulia kwa kutengana na mama yake, na watu wa kwao, akijuta kwa kutofuata na kutoamini onyo la mama yake.

Waliendelea mpaka walipofika chini ya ule mlima, wakasimama, na Hassan akaona kasri, akamwambia Behram, "Pale ni mahali gani?"

"Ni makao ya majini, mashetani, na pepo wabaya," alimjibu.

Yule mchawi alishuka, akamwambia Hassan ashuke pia,

akambusu kichwa, akamwambia, "Usinione mimi mbaya kwa yale niliyokutenda, kwani nitakulinda wakati ukielekea kule kwenye kasri; na nakusihi usinikosee kwa lile ninalokutuma, kwani mimi na wewe tutagawana sawasawa utajiri wote tutakaoupata."

"Nimesikia na natii," alijibu Hassan.

Basi Behram alifunua mfuko, akatoa kinu kidogo na fumbo la nafaka ya ngano, akaitia mle, akaifunda, akaukanda unga, akatengeneza mikate mitatu, akawasha moto, akaioka. Halafu alitoa kile kigoma, akakipiga tena kwa ule mkanda, wakatokea wale ngamia. Alimchagua mmoja, akamchinja, akamchuna ngozi; halafu alimgeukia Hassan, akamwambia, "Mwanangu, lisikilize lile nitakalokuambia."

"Sawa," aliitikia Hassan.

"Ilalie hii ngozi," alisema Behram, "na nitakushonea humo, halafu nitakulaza chini. Ndege wanaoitwa Rok watakuja, yatakubeba mpaka kwenye kilele cha mlima. Chukua kisu hiki, utakapohisi dege amekutua chini, ipasue ngozi kwa kisu hiki, utoke. Ndege akikuona, ataruka. Wewe uende kwenye ukingo wa mlima, uangalie chini, useme nami. Ingawa utakuwa mbali, lakini nitakusikia na kukuambia la kufanya."

Alipotamka maneno hayo, alimkabidhi ile mikate mitatu pamoja na kijigudulia cha maji, akamshonea ndani ya ile ngozi, akaondoka pale, akaenda mbali.

Baada ya muda mfupi, dege Rok lilishuka pale, likamnyakua Hassan, likaruka naye mpaka kwenye kilele cha ule mlima, likatua naye. Mara Hassan alipohisi yuko chini, aliipasua ile ngozi, akatoka, akaenda ukingoni, akamwita yule mchawi, ambaye alifurahi kusikia sauti yake. Alianza kurukaruka kwa furaha, akampigia kelele, akisema, "Hassan, tizama nyuma yako na uniambie unachokiona!"

Hassan alitazama, akaona rundiko la mifupa na miti mikavu, akamwambia Behram aliyemwamrisha kwa kusema, "Hiyo miti mikavu ndiyo tunayoitafuta! Kusanya mafungu sita ya kuni uitupe huku chini niliko, kwani hizo ndizo tunazozihitaji kwa ile kemia."

Hassan alimtupia mafungu sita; na yule mchawi alipoyapokea, alimwambia Hassan, "Wewe mjinga, nimeshapata yale niliyoyataka; na sasa baki hapo mlimani ulipo, au jirushe mpaka huku chini uangamie; hiyo ni hiari yako!"

Alipotamka maneno hayo, alimwacha yule kijana kule juu kwenye kilele cha ule mlima mrefu ulionyooka wima usiopandika wala usioshukika kwa miguu, akaenda zake. Hassan alitamka, "Hakuna mwenye nguvu na mwenye uwezo isipokuwa Allah tu! Huyu mbwa mwenye laana amenichezea!"

Alikaa pale, akaanza kufikiri la kufanya. Baada ya muda, alinyanyuka, akatazama kushoto na kulia, akaanza kutembea pale mlimani, akiwa na uhakika wa kifo. Aliendelea mpaka akafika upande wa pili wa ule mlima alikoona bahari nyeusi ikitoa mapovu na mawimbi yake makubwa chini ya ule mlima, yakigonga miamba. Alikaa pale alipokuwa, akaanza kusoma aya za sura fulani za Qur'an alizozijua, akamwomba Allah ampunguzie matatizo ya kifo au amwokoe. Halafu alijiswalia swala aswaliwayo maiti, akajirusha kutoka kule juu mlimani mpaka chini kwenye ile bahari! Lakini, kwa uwezo wa Mwenyezi Mungu, upepo ulimchukua taratibu mpaka akatumbukia majini bila kuumia, na mawimbi yakambeba mpaka yakamfikisha ufukweni. Baada ya kumshukuru Mola, Hassan alitembea kutafuta kitu cha kula, kwani alikuwa na njaa sana. Mwisho, alifika pale mahali aliposimama yule mchawi.

Hassan aliendelea kwa muda mpaka alipoliona tena lile kasri limenyooka juu angani; akalikumbuka kuwa ni lile alilomwuliza Behram na akamjibu kuwa linakaliwa na adui yake.

"Wallahi," alijiambia Hassan, "ni lazima niliingie; huenda nikapata msaada humo."

Basi aliliendea; na alipoona lango lake li wazi, aliingia ndani mpaka ukumbini alikoona wasichana wawili wazuri kama mwezi mpevu wa usiku wa kumi na tano wamekaa kwenye kiti kirefu, na mbele yao pana meza, wakicheza sataranji. Mmoja wao alinyanyua macho, akamwona, akapiga kelele za furaha, akasema, "Kwa jina la Allah, huyu ni binadamu, na bila shaka, ni yule aliyeletwa na Behram Mchawi mwaka huu!"

Hassan alijitupa miguuni pao, akasema huku akilia, "Naam, kwa jina la Allah, mabibi wema, mimi ndiye yule mtu!"

Mdogo kati ya wale wasichana, alimwambia mwenzake, "Dada yangu, uwe shahidi mbele ya Mwenyezi Mungu kuwa, toka leo, huyu kijana ni ndugu yangu, na niko tayari kufa kwa ajili yake, na nitaishi kwa ajili ya maisha yake, na nitamsikitikia kwa masikitiko yake!"

Alipotamka maneno hayo, alimkumbatia Hassan, akambusu, akamshika mkono, akamwongoza akimfuata dada yake mpaka ndani ya kasri lao alikomvua yale magwanda yaliyochafuka aliyoyavaa, akamletea lebasi ya kifalme, akavaa. Halafu alimtayarishia maakuli tofauti, akamwekea mezani, yeye na dada yake, wakala naye. Walipomaliza kula, alimwambia Hassan, "Sasa tuambie masaibu yaliyokupata toka ulipoingia mikononi mwa yule mbwa mwovu mchawi, mpaka kuokoka kwako, halafu na sisi tutakusimulia yaliyotokea baina yetu na yeye, ili ujihadhari naye ukimwona tena."

Hassan Akikutana na Wasichana Wawili

Hassan, alipoona amepokelewa vizuri, alipata nguvu, akawasimulia yote yaliyompata kutokana na yule mchawi, toka mwanzo mpaka mwisho.

"Je, ulimwuliza lolote juu ya mahali hapa?" Walimwuliza.

"Ndiyo," alijibu, "lakini aliniambia nisimwulize lolote juu ya mahali hapa kwa sababu eti ni pa majini na mashetani."

Wale wasichana wawili waliposikia vile, walikasirika, wakasema, "Yule kafiri alituita sisi hivyo?"

"Ndiyo," alijibu Hassan.

"Wallahi," aliapa yule msichana mdogo, "nikimwona, nitamwua vibaya!"

"Utampata vipi?" Aliuliza Hassan, "ilhali yeye ni mchawi?"

"Yuko katika bustani moja inayoitwa El Meshid," alijibu yule msichana.

Yule msichana mkubwa alisema, "Yote yale tuliyoambiwa na Hassan juu ya huyu mbwa ni ya kweli; sasa mweleze kisa chetu akiweke kichwani mwake ili akikumbuke siku zote."

Yule msichana mdogo alimwambia Hassan, "Ewe ndugu yangu, sisi ni mabinti wa mfalme wa wafalme wa majini mwenye majeshi, watumishi, na walinzi chungu nzima. Mwenyezi Mungu amemjaalia mabinti saba waliozaliwa na mama mmoja. Kwa kuwa ana kichwa kigumu, na wivu na kiburi kupita kiasi, baba amekataa kutuoza kwa yeyote. Siku moja aliwaita mawaziri na wakuu wake wa majeshi, akawaambia, "Mnaweza kuniambia mahali popote pasipofikiwa na binadamu wala majini, palipojaa miti na matunda na chemchemi ya maji safi?"

"Unapatakia nini mahali hapo, Seyyid yetu?" Walimwuliza.

"Nataka kuwaweka huko mabinti zangu saba," aliwajibu.

"Ewe Seyyid yetu," walimwambia, "mahali panapowafaa ni kwenye Kasri la Mlima wa Mawinguni, lililojengwa na jini moja asi, aliyemwasi mfalme Suleiman. Toka kutelekezwa kwake, hakuna yeyote aliyeishi huko: si binadamu wala jini, kwani limejitenga kabisa na sehemu nyingine yoyote, na hakuna awezaye kulifikia. Limezungukwa na miti, matunda, na chemchemi yenye maji safi meupe mithili ya theluji. Yeyote mwenye ukoma, au matende, au ugonjwa mwingine wowote, akiyanywa, hupona mara moja."

Basi baba yetu alituleta hapa tukisindikizwa na kundi la wanajeshi wake, wakatupatia kila tunachokihitaji. Akitaka kuja kututembelea, hupiga ngoma maalumu, na walinzi wake wote hujitokeza mbele yake, na huchagua wale watakaomsindikiza. Na akitaka sisi tukamtembelee, huwaambia wafuasi wake waje kutuchukua tukakutane naye, halafu huturudisha hapa. Hivi sasa, dada zetu wengine watano wamekwenda kuwinda huko jangwani kuliko na wanyamamwitu wengi, na sisi wawili tumebaki hapa kuwatayarishia maakuli, hiyo ikiwa ni zamu yetu. Tumemwomba Mwenyezi Mungu Atuletee mwanaume wa kutufurahisha; na inavyoonekana, dua yetu imeitikiwa! Kwa hiyo, tuliza roho yako ufurahi, kwani hakuna lolote litakalokupata."

Hassan alifurahi kusikia vile, akashukuru kwa kusema, "Sifa zote zimwendee Mwenyezi Mungu atuongozaye njia njema na kutuokoa kwa wema wake!" Halafu yule mtoto wa kike aliyemfanya Hassan ndugu yake, alinyanyuka, akamshika Hassan mkono, akamwongoza mpaka katika chumba maalumu alikomchagulia nguo maalumu na samani nzuri ambazo bado hazijaonekana na binadamu. Baada ya muda, wale dada zao wengine walirejea kutoka mawindoni, wakaarifiwa na dada zao yote yale yaliyompata Hassan. Wote nao walifurahi, wakamwendea kumwamkia, na kumpongeza kwa kuokoka kwake.

Basi ikawa Hassan anaishi na wale watoto wa kike, wakati mwingine aliongozana nao kwenda kuwinda, akiyafurahia maisha katika lile kasri na kwenye ile bustani na yale mazingira mazuri ya kupendeza, wakati wale watoto wa kike wakimhudumia kwa kila ilivyo wakimsahaulisha yale masaibu yaliyompata, mpaka akarudiwa na nguvu zake, akaongezeka mwili kwa kulishwa vyakula vizuri tofauti, na kwa kuyafurahia maisha mazuri ya raha tupu. Zaidi ya hayo, yule binti mfalme mdogo aliwaambia dada zake jinsi yule mchawi alivyowaita mashetani; na wao waliapa wakimwona, watamwangamiza!

Mwaka uliofuatia, yule mchawi mwenye laana alitokea tena, akiwa na kijana mmoja mwingine Mwislamu mwenye sura ya kupendeza, aliyefungwa mikono na miguu, na aliyekuwa akiteseka kwa adhabu kali aliyokuwa akiikabili. Alishuka naye merkebuni karibu na lile kasri la wale watoto wa kike kama awali. Wakati huo Hassan alikuwa amekaa chini ya miti iliyokuwa karibu na chemchemi ya maji; na alipomwona Behram, moyo ulimwenda mbio, akabadilika sura, akawaambia wale mabinti mfalme, "Dada zangu, nisaidieni kumwangamiza yule laana, kwani amerejea tena, na hayuko mbali nanyi; na sasa ana kijana mwingine wa Kiislamu ambaye, bila shaka, ni mmoja wa wana wa waungwana, anayemtesa kwa njia yoyote anayoweza. Nitamwua kwa furaha, na kuuridhisha moyo wangu na kupata thawabu kwa Mwenyezi Mungu kwa kumwokoa yule kijana wa Kiislamu kutoka mikononi mwake, na kumsalimisha na kumrudisha kwao na kwa jamaa zake. Hilo litakuwa jambo jema kwenu na mtapata baraka za Mwenyezi Mungu!"

"Tumesikia na tunamtii Mola, na tunakutii na wewe!" Walimjibu. Wale wasichana walijifunga vitambaa usoni, wakachukua silaha za panga, wakamletea Hassan farasi, wakampatia na upanga mzuri mkali. Wote walitoka, wakamwona yule mchawi akimshonea yule kijana ndani ya ile ngozi ya ngamia aliyemwua na kumchuna. Hassan alimjia kwa nyuma bila yeye kujua, akampigia kelele, "Simamisha mkono wako, laana we! Wewe adui mkubwa wa Mwenyezi Mungu na wa Waislamu! Haini mkubwa we uabuduye moto na mwangaza, mwenye nyendo za kiovu, uapaye kwa jina la kivuli na joto!"

Yule mchawi aliposikia vile, alishtuka, akageuka. Alipomwona Hassan, alijaribu kumshawishi kwa kumwambia, "Ah mwanangu, umeokokaje, na ni nani aliyekuteremsha kutoka kule juu mpaka hapa ardhini?"

"Mwenyezi Mungu Mwenye nguvu na uwezo ndiye Aliyeniokoa," alijibu Hassan, akiongeza, "na Ambaye Amenichagua kukutoa roho! Na nitakutesa kama ulivyonitesa mimi muda wote ule! Ewe kafiri, mwasi, uliyepotoka na uliyeingia katika laana ya milele! Hakuna mama wala ndugu atakayefaidika nawe; wala si rafiki, kama vile ilivyosemwa, 'Avunjaye yamini ya kiapo cha ulaji mkate na chumvi, Mwenyezi Mungu Amlipize kisasi!' Na wewe umevunja kile kiapo cha mkate na chumvi, na Mwenyezi Mungu Amekutia mikononi mwangu usimoweza kuwa na fursa yoyote ya kuokoka!"

"Wallahi, mwanangu," alitamka Behram, "wewe nakuthamini kuliko roho yangu, na ni nuru ya macho yangu!"

Lakini Hassan alimsogelea, akamchoma kwa ule upanga katikati ya mabega, ukatokea upande wa pili, na Mwenyezi Mungu Akaiharakisha roho yake huko motoni kulikojaa waovu!

Hassan aliuchukua ule mfuko wake, akaufungua, akatoa kile kigoma, akakipiga kwa ule mkanda, na mara wale ngamia walitokea kama umeme! Alimfungua yule kijana, akampandisha juu ya mmoja wa wale ngamia, na ngamia wa pili alimshehenezea vyakula na maji, akamuaga aende zake baada ya kumwelekeza pa kwenda, akaondoka – baada ya Mwenyezi Mungu kumwokoa kutoka katika ile adhabu kali kupitia mikononi mwa Hassan.

Wale watoto wa kike walipomwona jinsi Hassan alivyomwua yule mchawi, walifurahi, wakamkimbilia, wakamkumbatia, wakambusu, wakimsifu kwa ule ushujaa wake. Walimshukuru pia kwa kile kitendo chake, na kwa kusalimika kwake, wakisema, "Ewe Hassan, umefanya jambo jema mbele ya Mwenyezi Mungu!"

Hassan Akishikilia Kichwa cha Behram

Walipomaliza shughuli hizo, wote walirejea kwenye kasri, Hassan akaishi nao kwa kula nao, na kunywa nao, na kucheka nao, na kufurahi nao. Kusema kweli, maisha yake kwa wale wasichana yalikuwa mazuri kwake mpaka akamsahau mama yake. Aliendelea kuishi maisha hayo mpaka siku moja kulipoonekana vumbi la wingu lililotia giza mbingu, likiwajia kutoka upande ule wa jangwani. Wale mabinti mfalme walipoona vile, walimwambia Hassan, "Nyanyuka haraka ukajifiche chumbani; au ukitaka ingia bustanini ukajifiche mitini. Lakini usiogope, kwani hutapatikana na madhara yoyote."

Hassan alinyanyuka, akaingia chumbani, akajifungia mlango. Mara lile wingu la vumbi lilipotua, lilionekana jeshi kubwa la mfalme, baba wa wale mabinti, likiwajia.

Lilipolifikia lile kasri, mabinti wafalme walilipokea lile jeshi la baba yao kwa heshima zote na kuwakaribisha kwa fadhila ya siku tatu, halafu waliwahoji sababu zililowaleta; na wao walijibu, "Tumekuja kwa sababu mnaitwa na mfalme baba yenu."

"Kwa nini mfalme anatutaka?" Mabinti mfalme walitaka kujua.

"Mmoja wa wafalme anasherehekea arusi yake," walijibu wale wanajeshi wajumbe waliotumwa, wakiongeza, "na baba yenu anataka mshiriki katika sherehe hiyo ya arusi."

"Tutakuwa huko kwa muda gani?" Waliuliza tena wale wasichana.

"Wakati wa kuja na kurudi, na kuwa huko, itachukua takariban muda wa miezi miwili."

Basi wale mabinti mfalme walinyanyuka, wakamwendea Hassan, wakamwarifu sababu ya kuwasili kwa wale wanajeshi, wakimwambia, "Mahali hapa ni pako, na nyumba yetu ni nyumba yako; kwa hiyo, uwe na furaha wala usiwe na wasiwasi wowote, kwani hakuna yeyote atakayekuja hapa. Stahamili kwa furaha mpaka tutakapojaaliwa kurudi. Tutakuachia funguo za vyumba vyetu vyote. Lakini, ewe ndugu yetu, tunakusihi, kwa ajili ya udugu wetu, fungua milango yote isipokuwa mlango mmoja tutakaokuonyesha."

Walipotamka maneno hayo, walimwonyesha ule mlango, kisha walimuaga, wakaondoka na wale wanajeshi, wakimwacha Hassan peke yake katika lile kasri lao kubwa.

Baada ya Muda si mrefu, upweke na huzuni ya kutokuwa na wale watoto wa kike, ulimzidi Hassan; akaona njia ya pekee ya kujishughulisha na kuupitisha wakati ni kwenda kuwinda kule jangwani. Hata hivyo, kila aliporejea, upweke na huzuni viliongezeka, akaanza kulikagua lile kasri, akafungua vyumba vya wale wasichana, akaona utajiri uliojaa katika kila chumba.

Alipofika mbele ya kile chumba alichokatazwa kukifungua, alijiambia, "Dada zangu hawakunikataza kukifungua chumba hiki bila kuwa na kitu maalumu humu ndani. Lakini, kwa jina la

Mwenyezi Mungu, nitakifungua na kuona kilichomo ndani, hata kama ni kifo!"

Alitoa ufunguo; na alipoufungua ule mlango wa kile chumba, hakuna chochote alichokiona mle ndani isipokuwa ngazi iliyopinda iliyoelekea kwenye chumba cha juu. Aliipanda ile ngazi mpaka akafika kwenye roshani iliyoelekea kwenye bustani na kwenye miti ya matunda tofauti, kulikojaa wanyama na ndege walioimba. "Hapa ndipo waliponikataza kupaona," alijiambia Hassan.

Mbali kidogo na pale, aliona bahari yenye mawimbi, akaendelea kupakagua kushoto na kulia, mpaka alipofika kwenye jengo ambalo hakuna mfano wake, lililojengwa na kunakshiwa kwa dhahabu na fedha na vito tofauti, na lililosimama kwa nguzo nne. Ndani mlipambwa kwa mazulia na vito tofauti, na katikati yake palikuwa na birika kubwa la maji palipokuwa na vijiti vya hal`udi vilivyokuwa vya dhahabu na vito vingine. Kandokando ya vijiti hivyo palipandwa mizabibu iliyotoa matunda ya yakuti, na lulu zenye ukubwa wa yai la njiwa. Hapo karibu, ndege wa kila namna walirukaruka huko na huko, wakiimba kwa sauti nzuri tofauti. Hassan alijiambia, "Sijui ni mfalme gani aliyejenga mahali hapa!"

Akiwa amejaa mastaajabu makubwa, Hassan aliketi mle ndani, mara akaona ndege kumi wakielekea kule kwenye lile jengo, wakitokea upande wa jangwani; akajua tu kuwa bila shaka wanakwenda kwenye lile birika kubwa la maji kwenda kunywa. Hivyo basi, alijificha ili wale ndege wasimwone. Walipotua kwenye mti mmoja mkubwa, kati yao alimwona ndege mmoja mzuri zaidi kuliko wenzake huku wale wengine wakimzunguka. Halafu waliingia mle ndani, wakatua kwenye kochi moja, kila ndege akatingisha mbawa zake, akazifunua, na mara yale manyoya yao yakageuka kuwa mavazi, mkatokea wasichana kumi ambao, uzuri wao, haukuwa na kifani! Wote walivua nguo zao, wakajitosa mle birikani, wakaoga. Waliyachezea yale maji kwa kurushiana, wakati yule mzuri zaidi, aliyekuwa kiongozi wao, akiwaangusha wenzake na kuwakwepakwepa na wao wakimkimbiakimbia.

Hassan alipoona vile, alijua kuwa wale mabinti mfalme walimkataza asiufungue ule mlango kwa sababu ile, kwani mara ileile Hassan alimpenda yule mtoto wa kike mzuri zaidi kwa kuvutiwa na uzuri wake na umbo lake. Hassan alisimama pale,

akawa anawatazama tu, wakati wale watoto wa kike hawamwoni.
Hassan alivuta pumzi akatamani kuwa nao.

Wale Wasichana Wakitingisha Mbawa

Baada ya muda, wale watoto wa kike walitoka mle majini wakati
Hassan akizidi kuwakodolea macho na kuzidi kuustaajabia uzuri
wao. Halafu alimtumpia jicho yule mzuri zaidi aliyemdhania kuwa
ndiye kiongozi wao. Wote walivaa nguo zao na vito vyao, na yule
kiongozi wao alivalia lebasi yake ya kijani, akawazidi wenzake wote
kwa uzuri. Walipomaliza kuvaa, wote walikaa, wakaanza kuongea
na kucheka, wakati Hassan akiwatazama kwa mshangao, akijiambia,
"Wallahi, yule dada yangu alinikataza kuufungua ule mlango kwa
sababu ya wasichana hawa ili nisije nikavutiwa na mmoja wao
nikampenda!"

Hassan alizidi kuwatazama, hasa yule aliyemvutia zaidi; na wale
wasichana waliendelea kucheka na kucheza mle mpaka wakati wa
adhuhuri ndipo yule kiongozi wao alipowaambia wenzake, "Mabinti
Sultani, tumetosheka na mahali hapa. Wakati unakwenda na kwetu
ni mbali; haya, twendeni zetu!"

Walivalia vizibao vyao vya manyoya, na mara ileile waligeuka kuwa ndege kama awali, wakaruka pamoja, wakiongozwa na yule mwenzao. Hapo ndipo Hassan, akikata tamaa, alipotoka mafichoni. Laiti angekuwa na uwezo, angeruka nao! Machozi yalianza kumlengalenga machoni, akaondoka taratibu, akaelekea kule kwenye ile ngazi mpaka akafika chini, akaelekea chumbani kwake. Hakuweza kula wala kunywa kwa kuwafikiria wale wasichana. Aliupitisha usiku ule kwa mawazo na fikira ya wale watoto wa kike.

Kulipokucha, Hassan alipanda tena kule kwenye ile roshani, akakaa mbele ya ile nyumba, akisubiri mpaka jioni akidhani wale ndege watarejea tena lakini hawakutokea.

Akihuzunika sana, alijikokota chini mpaka chumbani mwake. Kulipokucha tena siku ya pili, hakuweza kula wala kunywa, kwa fikra ya wale wasichana. Ule upweke wa kutokuwa na mtu wa kuongea naye au wa kumfariji, au wa kumliwaza, ulizidisha huzuni yake.

Wakati akiwa katika hali hiyo, ule upande wa jangwa, aliona wingu la vumbi, akajua kuwa wale mabinti mfalme wanarejea. Alishuka haraka, akajificha. Baada ya muda, kundi la wanajeshi lilisimama mbele ya kasri, na wale mabinti mfalme saba walishuka, wakaweka silaha na hatamu zao. Yule mdogo alikwenda haraka mpaka chumbani kwa Hassan ambako hakumkuta. Alimtafuta kila mahali asimwone. Mwisho alimwona katika moja ya vile vyumba, akiwa amedhoofika na kubaki mifupa mitupu, huku macho yamemwingia ndani kwa ukosefu wa chakula kwa ajili ya mapenzi ya yule msichana.

Alipomwona katika ile hali aliyokuwamo, yule dada yake alishtuka, akastaajabu, akamwuliza, "Tafadhali, ndugu yangu, niambie linalokuuma ili nikusaidie."

Alipojua kuwa mapenzi ndiyo yaliyomkondesha vile, yule mtoto wa kike, alimwuliza, "Ah, ndugu yangu, ni lini umeingia katika mtego huo? Nakusihi, kwa jina la Mwenyezi Mungu, ndugu yangu, usinifiche lolote lililotokea toka kuondoka kwetu; nifunulie siri yako yote."

Hassan alivuta pumzi kwa nguvu huku machozi yakimlengalenga machoni, akasema, "Ewe dada yangu, naogopa nikikwambia, hutanisaidia kulipata nilitakalo bali utaniacha niangamie!"

"Hasha lilahi, ndugu yangu," alijibu yule msichana, akiapa, "Wallahi sitakuacha uangamie, hata kama litanigharimu mimi maisha yangu!"

Basi alimsimulia yote yaliyotokea toka kuondoka kwao, na sababu ya kuwa katika ile hali aliyomkuta kwa sababu ya mapenzi aliyo nayo juu ya yule msichana aliyemwona wakati alipoufungua ule mlango waliompiga marufuku kuufungua, na kwamba toka kumwona kwake yule msichana, hakuweza kula wala kunywa chochote kwa muda wa siku kumi!

Hassan Akimweleza Yule Mtoto wa Kike

Yule mtoto wa kike kuona jinsi ndugu yake alivyokonda na alivyojaa huzuni, alilia, akamwambia, "Ah ndugu yangu, usihuzunike, tuliza roho yako nami nitajaribu kukusaidia kumpata huyo msichana, hata kama Mwenyezi Mungu Ameandika nipoteze maisha yangu. Lakini nakusihi, jambo hili liwe siri yetu; hata dada zangu wasijue, ama sivyo sote wawili tutapoteza maisha yetu. Kama wakikuhoji juu ya ule mlango uliokatazwa, uwajibu, "Sikuufungua; tatizo langu lilikuwa upweke wa kutokuwa na nyinyi ndio ulionifanya niwe katika hii hali mnayoniona nayo."

"Naam, nimesikia," alijibu Hassan.

Hassan alimbusu kichwa dada yake, akataka chakula. Alipomletea, yule mtoto wa kike alikwenda kwa dada zake huku akilia na kumsikitikia Hassan. Alipoulizwa na dada zake sababu ya kulia kwake, yule mtoto wa kike alisema alikuwa akimsikitikia ndugu yake kwa sababu ya kuugua kwake kwa muda wa siku kumi bila kula chochote. Walipotaka kujua sababu ya ugonjwa wake, aliwaambia, "Sababu ni upweke wa sisi kumwacha peke yake, kwani ni muda mrefu toka kuondoka kwetu – kipindi alichokiona ni sawa na miaka kadhaa. Kwa hiyo, si ajabu kwani hakuwa na mtu wa kuongea naye, hasa akimfikiria mama yake mzazi ambaye ni mtu mzima, na jamaa zake. Tulipokuwa naye, tulimfariji kwa kuwa naye wakati wote."

Dada zake waliposikia vile, nao walianza kulia kwa kumwonea huruma, wakisema, "Maskini Hassan, tunaelewa hali aliyokuwamo!" Halafu walitoka wakaliendea lile jeshi, wakawapa ruhusa, wakamwendea Hassan kumwamkia. Walipoona ile hali aliyokuwamo, na jinsi alivyobadilika rangi, na alivyokonda, waliangua tena kilio, wakajaribu kumfariji na kumfurahisha, wakimsimulia maajabu waliyoyaona wakati walipokuwa wakija, na yote yale yaliyotokea kwa bwana na bibi arusi walikokuwa. Waliishi naye kwa muda wa mwezi mzima, wakimfariji na kumwuguza. Lakini kila kulipokucha, waliona jinsi alivyokuwa akiugua, wakahuzunika sana, hasa yule mdogo wao.

Baada ya muda huo, siku moja wale mabinti mfalme walikwenda kuwinda, wakamwalika na mdogo wao aende nao. Lakini yeye aliwajibu, "Dada zangu, siwezi kwenda nanyi wakati ndugu yangu yumo katika hali hii. Nitabaki kumfariji mpaka atakapopata nguvu tena, na kupona kutokana na ule ugonjwa alio nao."

Walimshukuru mdogo wao kwa huruma zake, wakamwambia, "Inshaallah Mwenyezi Mungu Atakusaidia kwa kumsaidia huyu mgeni." Halafu waliondoka, wakaenda zao, wakichukua matumizi ya takriban siku ishirini. Na mara tu yule msichana mdogo alipojua kuwa sasa dada zake wako mbali, alimwendea Hassan, akamwambia, "Njoo ukanionyeshe mahali ulipowaona wale wasichana."

Hassan alifurahishwa na ile kauli yake, akiamini kuwa, bila shaka, yule dada yake kweli anataka kumsaidia. Alinyanyuka akisaidiwa na yule msichana, akaenda kumwonyesha. Yule mtoto wa kike alisema, "Ndugu yangu, hebu nieleze yote unayoyajua na jinsi walivyofika." Hassan alimsimulia yote, hasa juu ya yule aliyempenda.

Yule msichana aliposikia vile, alimtambua, akabadilika rangi ya uso, akawa anaonekana mwenye wasiwasi.

"Dada yangu," aliuliza Hassan, "una nini hata ukabadilika rangi hivyo?"

"Ujue, ndugu yangu," alijibu yule msichana, "kuwa huyo mtoto wa kike uliyempenda ni binti wa mmoja wa majini maarufu, na baba yake ana nguvu juu ya majini, binadamu, mashetani, na wachawi wote. Anamiliki makabila, nchi, visiwa, na miji yenye utajiri wote duniani. Baba yetu ni mmoja wa watumishi wake, na hakuna yeyote awezaye kupambana naye kwa ajili ya nguvu ya majeshi yake na ukubwa wa milki yake. Amewapatia mabinti zake sehemu ya ardhi yenye ukubwa wa safari ya mwaka mzima, yenye mito na maziwa ya maji. Hali kadhalika, ana jeshi la watoto wa kike wenye silaha za panga na mikuki, ambalo idadi yao haipungui elfu ishirini. Na kila mmoja wao, akikasirika, anaweza kupambana na wapanda farasi elfu moja. Zaidi ya hayo, ana mabinti saba wanaoshindana kwa kila hali ya ushujaa, na mdogo wao ni yule uliyemwona na aliyekuvutia. Huyo ndiye mwenye busara zaidi kuliko dada zake, na ndiye hodari kwa kila namna.

"Wale wasichana uliowaona naye ni walinzi wake na vipenzi wake, na wanajeshi wa nchi yake. Na manyoya ya ngozi warukayo nayo ni kazi ya kichawi ya kijini. Wao huja hapa siku ya kwanza ya kila mwezi. Kama ukiyakumbuka na kuyafuata maagizo yangu, utampata binti mfalme huyo. Itakubidi ubaki hapa uwasubiri, na ukiona wanakuja, ujifiche karibu na lile jengo bila kuonekana nao; na ujihadhari wasikuone. Ukionekana nao, tutapoteza maisha yetu.

"Watakapovua nguo zao, uangalie kwa makini ni ipi ya huyo binti mfalme unayempenda. Ichukue hiyo tu, kwani ni nguo hiyo ndiyo inayompeleka katika nchi yake. Utakapoimiliki, utakuwa umeshampata. Na angalia, asikushawishi kwa kukwambia, 'Ewe, wewe uliyeiba nguo zangu, nirudishie, kwani hapa nilipo nimo mikononi mwako, na huruma zako!' Ukimpa nguo yake, atakuua na kuliangamiza hili kasri tulimo, na kumwua baba yetu. Kwa hiyo, ujue la kufanya.

"Wenzake wakiona vazi lake limetoweka, wataruka na kumwacha; na kujihadhari: usijionyeshe kwao pia. Subiri mpaka watakapotoweka. Hapo ndipo ujitokeze, umshike, umvute mpaka kwako. Ukishafanya hivyo, atakuwa mikononi mwako. Halafu mchukue mpaka chumbani kwako. Usimwambie kuwa wewe ndiye uliyechukua lile vazi lake; lihifadhi kwa siri. Kwani kadiri utakavyokuwa nalo, ndivyo atakavyokuwa mfungwa wako na chini ya mamlaka yako, kwani ataona hawezi kuruka na kurejea tena kwao bila hilo vazi."

Hassan aliposikia maneno ya yule dada yake, moyo ulimtulia, akanyanyuka, akambusu mkono, akaelekea naye kule kwenye kasri, wakalala. Kulipokucha, aliufungua ule mlango, akapanda juu kwenye roshani, akakaa kimya mpaka usiku. Maakuli alipelekewa kule na yule dada yake, akalala huko mpaka mwisho wa mwezi. Mwezi mpya ulipoandama, alifurahi, akaanza kuwasubiri wale ndege. Mwisho walitokea, wakaja kasi kama umeme.

Alipowaona, Hassan alijificha mahali ambako aliweza kuwaangalia bila yeye kuonekana nao. Wale ndege walitua karibu na pale alipokuwa amejificha, wakavua nguo zao, wakaingia majini. Hassan alinyanyuka taratibu, akapanyemelea pale palipokuwa na zile nguo, Mwenyezi Mungu Akimlinda asionekane, akaichukua ile nguo ya manyoya ya yule msichana bila kuonekana, kwani wale watoto wa kike walikuwa wakijishughulisha, wakicheka na kujifurahisha majini.

Walipomaliza kuoga, wale watoto wa kike walitoka mle majini, kila mmoja wao alichukua vazi lake la manyoya, isipokuwa yule binti mfalme aliyeitafuta yake bila kuiona. Alipiga kelele, wale wenzake wakamwendea haraka, wakamwuliza kilichokuwa kikimpigiza kelele vile. Yeye aliwajibu kuwa haioni nguo yake. Wenzake waliposikia vile, walianza kuomboleza huku wakijipiga makonde ya uso bila kujua la kufanya. Kulipoanza kuchwa, wenzake waliingiwa na woga wa kubaki naye ili na wao wasije wakapatikana na lile lililompata mwenzao. Basi walimuaga, wakaruka, wakamwacha mwenzao, wakatoweka.

Walipotoweka machoni, Hassan alimsikia yule binti mfalme akilia, akisema, "Ewe uliyechukua vazi langu, ukaniacha uchi, nakusihi nirudishie uusitiri uchi wangu, na Mwenyezi Mungu Atakusitiri uepukane na huzuni yangu!"

Hassan aliposikia akilia vile kwa sauti nzuri ya kuvutia, mapenzi yake kwa yule mtoto wa kike yaliongezeka maradufu, akashindwa kujizuia. Alimkimbilia, akamvamia, akamshika kama vile alivyoambiwa, akamburuza mpaka kwake chumbani, akamfunika kwa shuka ya hariri, akamwacha pale akilia, na kujiuma mikono. Halafu aliufunga mlango, akamwendea yule dada yake, akamweleza jinsi alivyomnasa binti mfalme, na kumpeleka chumbani mwake, ambako amemfungia, akimwacha akilia, na kujiuma mikono.

Aliposikia vile, dada yake alinyanyuka mara ileile, akaelekea kule chumbani alikomkuta yule binti mfalme mfungwa bado akilia na kuhuzunika.

Hassan Akamvamia Yule Mtoto wa Kike!

Aliibusu ardhi mbele yake, akamwamkia, na yule binti mfalme alimwambia, "Ewe binti mfalme, hivyo ndivyo mnavyowatendea mabinti wafalme? Unajua kuwa baba yangu ni mfalme mkuu mwenye nguvu, na kwamba wafalme wote wa majini wanamwogopa, na kwamba ana wachawi, wataalamu, mashetani, na pepo ambao hakuna awezaye kupambana nao, na kwamba, chini ya mamlaka yake, ana viumbe ambavyo visa vyao vyajulikana tu na Mwenyezi Mungu! Hivyo basi, inawezekanaje nyinyi mabinti wafalme mkamweka kwenu binadamu na kumfunulia siri yetu? Imewezekanaje binadamu huyu kufika kwetu?"

"Ewe binti mfalme," alijibu yule mwingine, "huyu kijana ni mtu mwenye heshima na amekupenda. Kama ujuavyo, wanawake

29

wameumbwa kwa ajili ya wanaume. Kama hakukupenda, asingeugua, akadhoofika nusura ya kupoteza maisha yake kwa ajili yako wewe."

Hapo akamsimulia jinsi Hassan alivyomwona akioga na wale wenzake mle birikani, akampenda, na kwamba hakuna mwingine yeyote kati ya wale wenzake aliyempendeza na kumvutia isipokuwa yeye tu.

Yule binti mfalme aliposikia vile, alikata tamaa ya kuokoka. Basi dada yake Hassan alimletea lebasi nzuri, akaivaa. Halafu aliandaliwa chakula kizuri na kinywaji, akala na yule mwenzake wa kike aliyemfariji na kumwondoa woga. Wakati wote huo alikuwa akimpapasa na kuongea naye kwa sauti nzuri ya upole, akimwambia, "Mwonee huruma huyu kijana aliyekuona mara moja akakupenda kupita kiasi!"

Lakini yule binti mfalme aliendelea kulia mpaka kulipopambazuka, ndipo alipopunguza kilio, akijua kuwa ameingia mtegoni asimoweza kutoka. Ndipo alipomwambia dada yake Hassan, "Ewe binti mfalme, hii hali ya kigeni nilimoingia, na iliyonitenganisha na nchi yetu na jamaa zangu, ni jambo nililoandikiwa na Allah; na mimi sina jingine la kufanya isipokuwa kulikubali lile nililojaaliwa."

Yule binti mfalme mdogo alimtayarishia chumba maalumu kizuri kuliko vyote katika lile kasri, akawa anakaa naye kumfariji na kumfurahisha, mpaka mwisho akaweza kutulia na kucheka, akasahau yote yale yaliyokuwa moyoni mwake ya kutenganishwa na kwao, na jamaa zake.

Mambo yalipokuwa shwari, yule binti mfalme mdogo alimwendea Hassan, akamwambia, "Nyanyuka, mwendee sasa chumbani mwake, ukambusu mikono na miguu."

Hassan alimwendea yule msichana, akafanya kama vile alivyoagizwa, akambusu yule msichana baina ya macho yake mawili, akamwambia, "Ewe binti mfalme mzuri, tuliza roho yako; nimekuchukua ili niwe mtumwa wako mpaka kufa kwangu; na huyu dada yangu atakuwa mtumishi wako. Ewe Seyyidati, sikutakii baya bali jema. Nataka nikuoe, uwe mke wangu wa halali kufuatana na sheria ya Mwenyezi Mungu na Mtume wake; na ukitaka, nitasafiri nawe mpaka kwetu na kukufikisha katika jiji la Baghdad, nikaishi nawe huko. Zaidi ya hayo, nitakununulia watumwa na wajakazi, na nina mama ambaye ni mwema kuliko mama yeyote duniani, ambaye naye atakuwa mtumishi wako. Hakika, hakuna nchi nzuri kama kwetu; kila kitu ni bora kuliko kwingine kokote, na wakazi wake ni wema."

Wakati akiongea naye na kumfariji vile, bila yule mtoto wa kike kumjibu lolote, mara lango la kasri liligongwa. Hassan alikwenda kuangalia, akawakuta wale dada sita, mabinti mfalme, waliorejea kutoka kuwinda, wakileta wanyama tofauti waliowawinda. Hassan alifurahi, akaenda kuwapokea. Baada ya kusabahiana nao, kila msichana alielekea chumbani kwake alikovua nguo zake zilizojaa matope, akavaa nyingine safi. Halafu walirudi, Hassan akawachinja na kuwachuna wale wanyama waliowawinda. Walipomaliza, walitayarisha chakula, wakala. Waliposhiba, wale watoto wa kike walimwambia Hassan, "Kwa hakika, ndugu yetu, unatunyenyekea kupita kiasi na tunastaajabishwa na mapenzi yako kwetu. Lakini Mwenyezi Mungu Anakataza wewe kufanya hivyo kwa sababu sisi ni majini na wewe ni binadamu."

Hassan aliposikia vile, machozi yalimlengalenga machoni; ndipo wale watoto wa kike wakamwuliza sababu, wakisema kuwa anawatia wasiwasi; wakidhani labda ni kwa sababu ya kumkosa mama yake na kwao. "Kama ni hivyo," walimwambia, "tutakufikisha kwenu baada ya kukusheheneza mahitaji yako yote."

"La," alijibu Hassan, "sitaki kutengana nanyi!"

"Kama ni hivyo," walimwuliza, "ni nani kati yetu aliyekuudhi hata ukawa katika hali hiyo?"

Hassan alishindwa kuwaambia sababu ni mapenzi ya msichana, akiogopa, akiwaambia, huenda watamkataa. Hivyo basi, alikaa kimya. Ndipo yule dada yake mdogo alipojitokeza, akawaambia dada zake, "Amemnasa ndege anayetaka mumsaidie kumfuga."

Waliposikia vile, wote walimgeukia, wakamwambia, "Sisi sote tuko nawe, na lolote utakalosema, tutakusaidia: lakini tuambie yaliyo moyoni mwako bila kutuficha." Lakini Hassan alimwambia dada yake, "Tafadhali, wewe waambie, kwani naona haya kuwaambia." Ndipo dada yake alipowaambia, "Dada zangu, tulipoondoka na kumwacha peke yake huyu maskini, alitishika na hili jumba kubwa, akaogopa huenda akaingiliwa, kwani mnajua jinsi binadamu walivyo. Hivyo basi, kwa ajili ya upweke aliokuwa nao, aliufungua ule mlango wa kupanda ngazi kwenda juu kuelekea kwenye bonde akaliangalia lango la kasri kutoka juu akiogopa huenda akaingiliwa kutoka huko.

Siku moja, wakati alipokuwa pale juu, aliona ndege kumi wakielekea kwenye kasri. Wale ndege walishuka kwenye ukingo wa lile bwawa la maji lililo kule chini. Aliwaangalia, kati yao, alimwona mmoja mzuri kupita wenzake aliyewadondoa wenzake bila yeye kudondolewa na wale ndege wengine.

Baada ya muda, walichoma kucha zao kwenye shingo zao, wakayafunua manyoya yao, wakatokea wasichana wazuri mithili ya mbalamwezi wa kumi na nne! Mmoja alikuwa mzuri zaidi kuliko wenzake kwa sura na kwa umbo. Waliyavua mavazi yao, wakajitosa mle majini, wakaanza kuyachezea kwa kujirushiarushia nayo, yule mzuri akiwakwepa wenzake. Waliendelea kufanya hivyo mpaka wakati wa swala ya alasiri, wakatoka majini, wakavaa mavazi yao, wakaruka, wakimwacha Hassan ameduwaa pale alipokuwa huku moyo wake ukiwa umetekwa na yule mzuri zaidi ya wenzake, akijuta kuwa hakumwibia lile vazi lake. Hiyo ndiyo sababu ya kuugua kwake, akashindwa kula wala kunywa, wala kupata usingizi mpaka mwezi ulipoandama tena, na wale ndege waliporudi. Hapo ndipo alipoiba lile vazi la manyoya la yule msichana mzuri, akijua kuwa, bila hilo vazi, asingeweza kuruka. Alijificha wasije wakamwona na kumwua. Alisubiri mpaka wale ndege wengine walipotoweka. Hapo ndipo alipomshika yule msichana, akamchukua mpaka ndani."

"Sasa yuko wapi?" Waliuliza wale dada zake; na yeye aliwajibu, "Yuko katika chumba fulani."

"Hebu tueleze huyo ni nani, dada yetu." Aliwaeleza jinsi alivyoumbika toka juu mpaka chini. Waliposikia vile, walimwambia Hassan awaonyeshe; na yeye aliwaongoza mpaka kule chumbani alimokuwamo yule msichana.

Walipoona uzuri wake, wale wasichana walimpigia magoti, wakamwambia, "Ewe binti wa mfalme mkuu, hakika hili ni jambo la hatari, ingawa umeshamwona aliyekuteka. Yeye amekupenda, na hakutaki kwa mabaya bali anakutaka kwa mema; anataka kukuoa, na ametwambia kuwa amelichoma lile vazi lako la manyoya, ama sivyo tungemnyang'anya na kukurudishia."

Hapo mmoja wa wale wasichana alijitolea, akakubaliana na yule msichana kuwa atakuwa msaidizi na shahidi wake katika ndoa. Ndoa ilifungwa wakati Hassan amemshika mkono, sherehe inayomstahili binti mfalme ilifanywa, mwisho bwana na bibi arusi walisindikizwa mpaka ndani ya chumba chao.

Kadiri siku zilivyoendelea, ndivyo mapenzi yao nayo yalivyoongezeka. Wale mabinti mfalme walimthibitishia mapenzi ya ndugu yao, na kwamba asimlaumu mume wake wala wao kwa yale yaliyotokea. Yule msichana alifurahi, akaishi na Hassan kwa furaha na kwa raha pale kwa muda wa siku arobaini, wakihudumiwa na wale wasichana wengine, mpaka yule msichana aliyazoea yale maisha ya pale, akasahau kwao na rafiki zake.

Baada ya muda, usiku mmoja, katika ndoto, Hassan alimwona mama yake amedhoofika akimlilia, wakati yeye anaishi katika yale maisha ya raha, starehe, na anasa. Mama yake alipomwona hali aliyokuwamo mwanawe, alimwambia, "Ah mwanangu Hassan, unawezaje kuishi katika maisha hayo ya raha, furaha, na starehe, ukanisahau mimi mamiyo? Hebu shuhudia jinsi nilivyo toka kuondoka kwako! Sikukusahau wala ulimi wangu hautachoka kulitaja jina lako mpaka kufa kwangu. Hapa nilipo nimeshajenga kaburi lako humu nyumbani ili nisikusahau. Sijui, mwanangu, kama nitaishi kukuona na kukutana nawe tena."

Hassan aliamka usingizini, akalia na kuomboleza, huku machozi yakimtiririka mashavuni kama chemchemi ya maji. Wale dada zake walipowatembelea na kuona vile alivyo, walimwuliza mke wake kilichomsibu, na yeye aliwajibu kuwa hajui. Walimwambia aende akamhoji; alikwenda, akamwuliza, "Seyyid yangu, una nini?" Hassan alivuta pumzi, akamwambia yale aliyoyaona katika ile ndoto.

Mke wake alipowaendea wale wasichana na kuwaambia yale yaliyotokea, walimwonea huruma, wakamwambia, "Kwa jina la Mwenyezi Mungu, fanya upendavyo; sisi hatutakuzuia kwenda kumtembelea mama yako, bali tutakusaidia kadiri ya uwezo wetu, kwa sharti kwamba hutatusahau bali utatutembelea japo mara moja kwa mwaka."

"Nimesikia na natii," Hassan aliwajibu.

Basi mara ileile wale watoto wa kike walinyanyuka, wakamtayarishia mahitaji yote ya safari yao, na mke wake walimfungashia lebasi nzuri tofauti pamoja na vito. Na Hassan naye walimpa zawadi nyingi za thamani zisizokuwa na kifani zilizojaza katika makasha ishirini na matano, wakamjazia na humo dhahabu na fedha chungu nzima.

Kila kitu kilipokuwa tayari, walipiga ngoma, na mara walitokea ngamia kutoka kila upande. Walimchagulia idadi fulani ya kuwabeba na kuwabebea mizigo waliyomtayarishia, wakaagana kwa kukumbatiana, hasa yule dada yao mdogo alimshika Hassan shingo, akalia mpaka, maskini, akazirai!

Alipopata fahamu, alimwambia Hassan, "Nenda salama ndugu yangu, ukaonane na mama yako, na usisahau kututembelea kila baada ya miezi sita. Ukiwa na tatizo lolote, piga ngoma hii (akimkabidhi ile ngoma), na mara ngamia watatokea, watakufikisha hapa."

Hassan aliapa kuwa atayatekeleza yote hayo, akaanza safari, na wale mabinti mfalme nao walirejea kwenye kasri lao, huku wamejaa huzuni kwa kutengana naye, hasa yule mdogo wao aliyemlilia Hassan wakati wote.

Hassan na Mke Wake Wakielekea Kwao

Baada ya safari ndefu ya usiku na mchana ya kupita majangwa, mabonde, na kwenye tambarare, na nchi kame, Mwenyezi Mungu

Aliwafikisha Basrah salama salimini bila tatizo lolote, wakawakalisha wale ngamia mbele ya mlango wao. Baada ya kuwatua mizigo, Hassan aliwaachia wale ngamia waliotoweka mara ileile, akaelekea mlangoni, akaufungua, akamsikia mama yake akilia kwa sauti dhaifu.

Hassan Akiufungua Mlango

Hassan alipomsikia mama yake akiomboleza vile, alilia, akaubisha ule mlango kwa nguvu, na mama yake akauliza, "Ni nani aliye hapo mlangoni?"

"Fungua!" Alijibu Hassan.

Alipoufungua, mama alimtambua mwanawe, akaanguka chini, akazirai; lakini kabla hajafika chini, Hassan alimdaka, akamhudumia mpaka akapata nafuu, akamkumbatia. Mama naye alimkubatia na kumbusu mwanawe, wakati mke wake akiangalia kwa mshangao. Halafu Hassan aliingiza ndani mizigo yao, wakati mama yake amejaa furaha akimwombea mwanawe Mwenyezi Mungu.

Baada ya kuingiza vitu ndani, mama yake alimwuliza, "Hebu niambie, mwanangu; mambo yalikwendaje na yule Mwajemi?"

"Mama," alijibu Hassan, "yule hakuwa Mwajemi bali mchawi aliyeabudu moto." Halafu alimsimulia yote yale aliyomtenda, na jinsi alivyosafiri naye hadi mpaka kwenye Mlima wa Mawingu, na jinsi alivyomshonea ndani ya ngozi ya ngamia, na jinsi alivyochukuliwa na lile dege Rok hadi kwenye kilele cha huo mlima alikoona mifupa ya watu walioangamia kutokana na kile kitendo cha yule mchawi baada ya kumtimizia matakwa yake. Alimsimulia vilevile jinsi yeye alivyojirusha kutoka kule juu mlimani mpaka baharini, na jinsi Mwenyezi Mungu alivyomwokoa na kumfikisha kwenye kasri la wasichana, na jinsi mdogo wao alivyomfanya ndugu yake, akaishi nao mpaka yule mchawi alipofika tena, na alivyomwua. Zaidi ya hayo, alimsimulia mama yake jinsi alivyompenda na kumwoa yule msichana, na jinsi alivyomwota yeye mama yake, na jinsi alivyosafiri mpaka akafika tena pale nyumbani.

Mama alistaajabishwa sana na ule mkasa uliompata mwanawe, akamshukuru Mwenyezi Mungu kwa kumrudishia salama mwanawe akiwa katika ile hali njema ya afya. Halafu alinyanyuka, akakagua mizigo, akauliza vilivyomo ndani. Alipoambiwa, alifurahi sana. Halafu alimwendea yule binti mfalme, mkwe wake, akaongee naye. Lakini alipomwona, alishtushwa na kuustaajabia uzuri wake wa sura na umbo. Alikaa karibu yake akaongea naye na kumkaribisha kwa heshima.

Asubuhi ya pili, mama alikwenda mjini kununua samani na lebasi kumi nzuri nzuri kwa ajili ya binti mfalme, halafu alimwambia Hassan, "Mwanangu, hatutaweza kuishi katika jiji hili tukiwa na utajiri wote huu, kwani tunajulikana sisi ni fukara. Tukionekana tulivyo sasa, watu watatushuku kuwa kuna njia fulani – labda ya kichawi – tuliyopatia utajiri huu. Hivyo basi, ni bora tuhamie

Baghdad, Jiji la Usalama, tutakakoishi tukihifadhiwa na Khalifa, na wewe utafungua duka, utafanya biashara ya kuuza na kununua bidhaa kwa njia halali, na Inshaallah, Mwenyezi Mungu Atakujaalia utafanikiwa."

Hassan aliafiki ushauri aliopewa na mama yake. Bila kuchelewa, aliiuza nyumba yao, akawaita wale ngamia kwa kuwapigia kigoma, akawapakia mizigo yao yote, pamoja na mama yake na mke wake, akaelekea nao mpaka kwenye mto Tigris alikokodisha chombo kuwachukua mpaka Baghdad.

Kwa upepo mzuri, walisafiri mtoni kwa muda wa siku kumi, mpaka walipowasili Baghdad, ambako Hassan alipanga ghala katika moja ya Musafir-Khana, akaweka mizigo yao humo, wao wenyewe wakilala katika ile Khan.

Asubuhi alibadili nguo, akaelekea jijini, akauliza wanakopatikana madalali. Watu walimwelekeza, na Hassan alimwambia mmoja wao kuwa anataka nyumba nzuri yenye nafasi kubwa. Yule dalali alimwonyesha nyumba tofauti alizokuwa nazo, na Hassan alichagua moja kubwa nzuri iliyokuwa mali ya mmoja wa mawaziri, akainunua kwa bei ya dinar laki moja. Halafu alirejea kule kwenye khan, akahamisha mizigo yao, akaihamishia kule katika ile nyumba. Halafu alielekea sokoni, akanunua kila kitu kilichohitajika katika nyumba yao: toka mabusati, mazulia, mpaka vyombo vyote vya ndani, akaajiri na watumishi wa kuwahudumia.

Basi Hassan aliishi na mke wake na mama yake kwa raha, akiyafurahia maisha kwa muda wa miaka mitatu, wakati ambao mke wake alimzalia watoto wawili wa kiume. Mkubwa alimwita Naasir, na mdogo alimwita Mansuur. Lakini mwisho wa kipindi hicho, Hassan alianza kuwafikiria wale dada zake mabinti mfalme, akakumbuka wema na ukarimu wao, akawa na hamu ya kuwaona tena. Basi siku moja alikwenda sokoni, akanunua zawadi tofauti ambazo alikuwa na uhakika kuwa wale mabinti mfalme bado hawajaziona. Mama yake alimwuliza kwa nini amenunua vitu vile; akamjibu kuwa amekata shauri kwenda kuwatembelea wale dada zake waliompokea vizuri na kumhudumia vyema, na kwamba atarejea upesi Mwenyezi Mungu Akipenda. "Usichelewe kurudi, mwanangu," alisisitiza mama yake.

"Mama," alisema Hassan, "mtunze na ishi vizuri na mke wangu na wanangu. Kumbuka: vazi lake la manyoya limo ndani ya kasha nililolifukia mahali fulani (akamwelekeza). Patunze sana mahali hapo ili asilipate, kwani akilitia mkononi, atatoweka na watoto, na sitawapata tena, nami nitakufa kwa huzuni. Kwa hiyo, nakuonya na nakusihi, mama yangu, usimwambie mahali lilipo! Kumbuka kuwa yeye ni binti wa mfalme mkuu wa majini ambaye hakuna jini anayemfikia kwa utajiri, na kwa kumiliki jeshi kubwa. Mke wangu ni kipenzi cha baba yake kuliko kitu kingine chochote alicho nacho. Kama ulivyoshuhudia, mke wangu, ni bashashi. Mhudumie vizuri; usimwache atoke nje, wala asisimame dirishani wala mlangoni na kuchungulia nje, kwani namwogopea upepo. Akipatikana na jambo lolote, nitajiua kwa ajili yake!"

"Mwenyezi Mungu apishe mbali, mwanangu!" Alitamka mama yake, akiongeza, "Unafikiri mimi nina wazimu wa kutotunza mzigo unaonikabidhi? Nenda salama, mwanangu, na Inshaallah, Mwenyezi Mungu Atakurudisha salama salimini, na utamkuta mkeo na wanao hapa, naye atakwambia jinsi nilivyomtunza. Lakini, mwanangu, usichelewe kurudi."

Ilitukia kuwa, wakati Hassan alipokuwa akimweleza mama yake hayo, mke wake aliwasikia bila wao kujua.

Basi Hassan alitoka nje ya jiji, akapiga kile kigoma, wale ngamia walitokea, akawapakia mizigo yake ya Iraq. Alipokuwa tayari, alirejea kwa mama yake, akamwusia tena yale aliyomwambia awali, halafu alimuaga mke wake na wanawe, ambao mmoja alikuwa wa mwaka mmoja, na wa pili wa miaka miwili. Alimpanda ngamia mmoja, akaanza safari yake iliyomchukua siku kumi za usiku na mchana bila kupumzika, akipita milimani, mabondeni, kwenye tambarare, na jangwani. Siku ya kumi na moja, aliwasili kwenye lile kasri la wale dada zake, huku amesheheni zile zawadi alizowaletea. Wale dada zake walifurahi sana kumwona tena, hasa yule mdogo aliyelipamba kasri lao nje na ndani kwa ajili ya kuwasili kwa ndugu yake, Hassan!

Baada ya kupokea zile zawadi, wale watoto wa kike walimkaribisha katika chumba chake cha awali, wakamhoji juu ya mke wake na mama yake, na wanawe wawili. Yule dada mdogo alifurahi sana kumwona tena ndugu yake akiwa katika hali nzuri ya afya na furaha.

Sasa turejee kule kwa mke wake. Yeye aliishi na mama yake Hassan kwa muda wa siku mbili baada ya mume wake kuondoka. Siku ya tatu, alimwambia yule mama, "Mwenyezi Mungu Asifiwe, mama mkwe! Nimeishi humu na mume wangu kwa muda wa miaka mitatu bila kwenda kwenye hamamu hata siku moja!"

Alipotamka maneno hayo, akaanza kulia. Mama Hassan alimwonea huruma, akamwambia, "Ah binti yangu, sisi ni wageni katika jiji hili, na mumeo hayuko. Kama angekuwako, bila shaka angekupeleka huko, lakini mimi simjui mtu yeyote. Lakini, binti yangu, nitakupashia maji ya moto uyaogee katika bafu la humu nyumbani."

"Seyyidati," alijibu binti mfalme, "huambiwa hayo mmoja wa wajakazi anayekwenda kuuzwa sokoni! Wanaume wanapotoa amri mke asitoke nje, wanaeleweka, kwani wana wivu sana, na fikra zao zinawaambia kuwa, mwanamke akitoka nje ya nyumba, atakwenda kufanya mabaya. Lakini, Seyyidati, wanawake wote si sawasawa, na wewe unajua hayo. Kama mwanamke anataka kufanya jambo, si hamamu wala si mahali pengine popote panapoweza kumzuia; au kitakachomlinda asitimize alitakalo isipokuwa labda dini yake au nafsi yake mwenyewe."

Alipomaliza kusema hayo, alianza kulia tena na kuyalaani yale maisha ya kigeni aliyokuwa akiyaishi mle, mpaka mama Hassan alipomwonea huruma, akakubali kuwa yote yale aliyoyasema ni ya kweli, na kwamba hakuna lolote la kufanya isipokuwa kumkubalia ombi lake.

Basi Alimwachia Mwenyezi Mungu, akamtayarishia kila kitu walichokihitaji kwa kwenda kwenye hamamu, akatoka naye. Binti mfalme hakuwaacha wanawe, bali alikwenda nao. Walipoingia ndani ya hamamu, walivua nguo zao. Hapo ndipo wanawake wote waliokuwa mle ndani walipomkodolea macho kwa mastaajabu makubwa kwa ajili ya sura na umbo lake zuri la kuvutia! Sifa za uzuri wake zikavuma mpaka ile hamamu ilijaa wanawake mpaka wakabanana, wakashindwa kupata pa kupita!

Ilitukia kuwa, siku ile, mmoja wa wajakazi wa Khalifa Haroun al-Rashid, aliyeitwa Tuhfah, alikuweko kwenye ile hamamu; na alipoona jinsi wanawake walivyobanana, aliuliza kuna nini; akaambiwa kuwa kuna mwanamke mgeni mzuri ajabu!

Basi alimwendea, akamwangalia, naye akastaajabishwa na uzuri usiokuwa na kifani wa yule mwanamke; na alipovaa lebasi yake, hapo ndipo uzuri wake ulipobainika! Alipoketi kwenye kochi, wanawake wote walimkazia macho. Yeye alipoona jinsi anavyokodolewa macho, alijifunika ushungi.

Alipotoka, Tuhfah naye alitoka, akamwandama kujua anakoishi, halafu alirejea mpaka kwenye kasri la Khalifa. Huko alimwendea Zubeida, mke wa Khalifa, akaibusu sakafu mbele yake; malkia akamwuliza, "Tuhfah, mbona umechelewa kwenye hamamu?"

"*Ya Seyiddati*," alijibu Tuhfa, "huko nimeona kitu cha ajabu ambacho bado sijaona mfano wake kilichonifanya hata nisahau kuosha kichwa changu! Wanawake wote waliokuwamo mle waliduwaa!"

"Ni kitu gani hicho ulichokiona huko?" Aliuliza Zubeida.

"Seyyidati," alijibu Tuhfah, "nilimwona mwanamke mzuri ajabu wa kuvutia mwenye watoto wawili wa kiume. Sidhani kuna mfano wake kokote duniani. Kama ukimwambia Khalifa wa Waumini, atamwua mume wake na kumchukua yeye mwenyewe, kwani hana mfano wake! Niliuliza habari za mume wake, nikaambiwa na wanawake kuwa ni mfanyabiashara anayeitwa Hassan wa Basrah. Zaidi ya hayo, nilimwandama kutoka mle katika hamamu mpaka nyumbani kwake, nikajua kuwa anakaa katika ile nyumba ya waziri yenye milango miwili, mmoja ukielekea mtoni, na wa pili ukielekea barabarani.

"Ah Seyyidati," aliongeza Tuhfah, "naogopa Khalifa akimsikia, atavunja sheria kwa kumwua mume wake, na kumchukua yeye kama mke wake!"

"Ondoka hapa, Tuhfah!" alitamka Zubeida. "Huyo mwanamke ana uzuri gani wa ajabu utakaomfanya Khalifa wa Waumini aharibu jina lake, avunje sheria kwa ajili ya raha ya duniani! Kama hayo unayoyasema ni ya kweli, ni lazima nimwone; na kama si mzuri kama hivyo unavyosema, nitakukata kichwa! Ujue kuwa katika *harem* ya Khalifa mna wajakazi mia tatu na thelathini, ambao ni wengi kama siku za mwaka, na kati ya wote hao, hakuna hata mmoja mwenye sifa kama hizo ulizozitaja!"

"La, Seyyidati," alijibu Tuhfah. "Wala hakuna mfano wake katika jiji zima la Baghdad, wala hakuna katika Waarabu; Mwenyezi Mungu bado hajaumba mfano wake!"

Mara ileile Zubeida alimwita Masrur, aliyekuja na kuibusu sakafu mbele yake, akamwambia, "Masrur, nenda haraka kwenye nyumba ya waziri fulani yenye milango miwili, mmoja ukielekea barabarani, na wa pili ukielekea mtoni, ukaniletee mwanamke mwenye watoto wawili wa kiume, anayeishi humo pamoja na ajuza! Usichelewe!

"Wanawake Wakiustaajabia Uzuri Wa Mke Wa Hassan

"Nimesikia na natii!" Alijibu Masrur. Mara ileile alielekea nyumbani kwa Hassan, akabisha mlango. Mama Hassan aliuliza, "Ni nani aliyeko mlangoni?"

"Masrur," alijibu, "towashi wa Khalifa wa Waumini."

Mama Hassan aliufungua, Masrur akaingia, akamsalimu; naye alimwitikia, akamwuliza lililomleta. "Seyyidati Zubeida binti al

Kasim, mke wa Khalifa wa Waumini, Haroun al-Rashid, mwana wa tano wa Abbas, anakuita wewe na mwanamke mwenye watoto wake wawili anayeishi humu, kwani amehadithiwa juu ya uzuri wake."

"Ewe Masrur," alijibu mama Hassan, "sisi ni wageni, na mwanangu, mume wa huyo mwanamke, yuko ughaibuni na ameniamrisha nisitoke, wala nisimwachie mke wake atoke nje wakati akiwa hayuko, wala nisimwonyeshe kiumbe yeyote wa Mwenyezi Mungu. Naogopa akirudi na akijua mke wake na wanawe wamepatikana na jambo, atajiua. Kwa hiyo, nakusihi, ewe Masrur, tafadhali, usitutake tufanye jambo tusiloliweza."

"Ya Seyyidati," alisema Masrur, "kama ningejua unamwogopea hivyo, nisingekutaka uende. Lakini Seyyidati Zubeida ana hamu sana ya kumwona, halafu atarudi. Usikatae kutii amri yake ama sivyo utajuta; na kama nilivyosema, inshaallah, nitawarudisha nyote salama salimini."

Yule mama hakuweza kubishana naye. Kwa hiyo, alikwenda ndani, akamtayarisha yule mkwe wake, akamtoa yeye na wale wanawe wawili, wakamfuata Masrur mpaka kwenye kasri la Khalifa, akawafikisha mbele ya Zubeida. Wote walimwangukia malkia, wakamtakia kila la kheri. Zubeida akamwambia yule mwanamke aliyekuwa amejifunika ushungi, "Ondoa ushungi nione sura yako."

Mke wa Hassan aliibusu sakafu iliyokuwa mbele ya Zubeida, akaondoa ushungi, Zubeida akaona uso ambao mfano wake alikuwa bado hajauona kwa uzuri. Zubeida alimkazia macho, akamtazama kote, wakati kasri zima liking'aa kwa nuru ya yule mwanamke!

Malkia Zubeida na wote waliokuwa hadhirina walishangazwa na uzuri wake, na wote waliomwangalia walishindwa kutamka lolote. Zubeida alinyanyuka, akamwinua yule mwanamke, akamkumbatia, akamkalisha karibu yake kwenye kochi. Halafu aliamrisha kasri lipambwe kwa heshima ya yule mgeni, akaagiza lebasi nzuri adimu pamoja na mikufu yenye johari, akamvisha, akamwambia, "Ewe binti mfalme, umenishangaza na kunifurahisha. Wewe ni nani?"

"Seyyidati," alijibu mke wa Hassan, "mimi nina vazi la manyoya ambalo, nikilivaa mbele yako, utaona moja ya maajabu ya mavazi, na wote watakaoliona, wataliongea jambo hilo mpaka kizazi na kizazi!"

"Liko wapo hilo vazi lako la ajabu hivyo?" Aliuliza Zubeida.

"Analo mama wa mume wangu," alijibu yule mwanamke. "Mwulize yeye."

Zubeida alimgeukia yule mama, akamwambia, "Tafadhali, mama, nenda ukatuletee hilo vazi la manyoya la huyu mwanamke, tulione, halafu utarudishiwa."

"Seyyidati," alijibu yule mama, "huyu mwanamke ni mwongo. Je, umewahi kumwona mwanamke mwenye vazi la manyoya? Ni ndege tu ndio walio na manyoya."

Lakini yule mwanamke alimwambia Zubeida, "Seyyidati, hakika ana vazi langu la manyoya na limo ndani ya kasha lililofukiwa katika ghala ndani ya nyumba."

Zubeida alivua ushanga adimu ghali alioletewa kutoka katika hazina ya Khosros aliokuwa ameuvaa shingoni mwake, akampa mama Hassan, akimwambia, "O mama yangu, nakusihi, chukua mkufu huu, nenda ukatuletee hilo vazi ili tuone muujiza wake, baada ya hapo utalichukua!"

Lakini yule mama aliapa kuwa hakuliona hilo vazi, na haelewi huyo mwanamke anaeleza nini. Zubeida alimfokea, akauchukua ufunguo kutoka kwake, akamwita Masrur, akamwamrisha, "Chukua ufunguo huu, nenda nyumbani kwa huyu mwanamke, uingie ndani ya ghala iliyomo katika hiyo nyumba, uchimbe, ulitoe kasha, ulivunje, ulifungue, uniletee vazi la manyoya lililomo humo!"

"Nimesikia na natii," alijibu Masrur aliyetoka haraka, akifuatwa nyuma na yule mama huku akilia na kujuta kwa kumpeleka yule mkwe wake kwenye ile hamamu akitambua kuwa, kwenda kwake kule ilikuwa ni ujanja wake tu.

Basi aliongozana na Masrur, akamfungulia mlango, Masrur akaingia ndani, akalitoa lile kasha. Alilitoa lile vazi, akalikunja vizuri ndani ya kitambaa, akampelekea Zubeida, ambaye alilipokea, akalifunua, akalistaajabia jinsi lilivyokuwa, akamkabidhi yule mwanamke, akimwambia, "Hili ndilo vazi lako la manyoya?"

"Naam, Seyyidati," alijibu akilipokea kwa furaha. Alilikagua, akafurahi kuona ni zima kama lilivyokuwa awali bila kuwa na upungufu wa hata nyoya moja. Basi aliondoka pale alipokuwa karibu na Zubeida, akawachukua wale wanawe wawili, akajifunika nalo, na mara ileile, kwa uwezo wa Mwenyezi Mungu, akawa na mbawa!

Zubeida na wote waliokuwako pale walistaajabu kupita kiasi! Yule mwanamke aliruka kwa maringo huko na huko, huku akicheza kwa kupigapiga mbawa zake, wakati macho ya wote waliokuwa hadhirina yakimwangalia kwa mshangao na mastaajabu makubwa!

Halafu alitamka kwa lugha bayana, "Je, waonaje Seyyidati?" Wote walimjibu kwa umoja, "Hakika ni ajabu kubwa!" "Na nitakalofanya sasa ndio la ajabu zaidi!" Aliongeza yule mwanamke.

Mara ileile alifungua mbawa zake, akaruka juu na wanawe mpaka kwenye kuba la kasri, akatua juu wakati wote wakimtazama kwa mshangao na kwa mastaajabu makubwa, wakisema, "Wallahi, hili ni jambo geni kabisa ambalo halijashuhudiwa na yeyote!"

Wakati akijitayarisha kutoweka na kuelekea kwao, Zubeida alimwambia yule mwanamke, "Shuka chini sasa ili tuuone vizuri zaidi uzuri wako!" Lakini yule mwanamke alijibu, "Mwenyezi Mungu Apishe mbali! Lililopita, limeshapita wala halirudi tena!" Halafu alimwambia mama Hassan, "Wallahi, Seyyidati, nasikitika sana kutengana nawe lakini sina budi! Mwanao atakaporudi, na muda wa kutengana kwetu utakapomzidi, na akitaka kukutana nami tena kwa sababu bado ananipenda, anifuate katika Visiwa vya Waq!"

Alipotamka maneno hayo, aliruka na wanawe, akatoka nje, akaelekea kwao wakati mama Hassan akilia na kujipiga makonde usoni akiomboleza mpaka akazirai. Alipopata fahamu, alimwambia Zubeida, "Ah, Seyyidati, umefanya nini?"

"Mama yangu," alijibu Zubeida, "sikujua kuwa hili litatokea. Kama ungeniarifu mapema, nisingemridhia matakwa yake, kwani sikujua kuwa ni jini awezaye kuruka; ningejua, nisingemwacha alivae lile vazi, wala nisingemkubalia awachukue wale watoto. Sasa maneno matupu hayasaidii. Nihukumu kwa kosa nililokufanya." Yule mama hakuwa na jingine la kufanya isipokuwa kusema, "nimekusamehe!"

Akaruka Juu na Wanawe!

Alipotamka maneno hayo, alirejea nyumbani, huku akiomboleza mpaka akazirai tena. Alipopata fahamu, alianza kumfikiria mkwe wake, wale wajukuu zake, na mwanawe. Alichimba kaburi tatu mle nyumbani kama kumbukumbu ya mkwe wake na wajukuu zake, akaendelea kuomboleza pale. Kadiri mwanawe alivyozidi kuchelewa kurudi, ndivyo uchungu na huzuni zilivyomzidi.

Tukirejea kwa Hassan, mara tu alipowasili kwa wale mabinti mfalme, walimwomba abaki nao kwa muda wa miezi mitatu, na yeye alikubali. Alipotimiza muda ule, walimshehenezea tena zawadi za dhahabu, fedha, na vyakula, wakamsindikiza mpaka alipowaambia warejee. Hapo ndipo yule mdogo, kwa kumuaga, alimkumbatia, akalia mpaka akazirai! Wote walimkumbatia, wakitiririkwa machozi. Hassan naye, alipoona vile, hakuweza kujizuia, akatokwa machozi vilevile, akawaaga, akaanza safari yake ya usiku na mchana mpaka alipowasili Baghdad, Jiji la Amani, na makao makuu ya Abbasid, bila kujua yaliyotokea nyumbani kwake.

Baada ya kuwaachia wale ngamia, Hassan aliingia ndani, akamwendea mama yake, akamwamkia. Alimwona amedhoofika na kubaki mifupa mitupu kwa ajili ya yale maombolezo yake.

Hassan alitaka kujua aliko mkewe na wanawe. Mama aliposikia akiulizwa vile, aliendelea kulia mpaka akayumbayumba; hapo ndipo Hassan alipoingia ndani na kuanza kuwatafuta, lakini hakuwaona. Halafu alielekea kule kwenye ile ghala alikolificha lile vazi, akaona pamefukuliwa, na lile kasha limefunguliwa, na lile vazi halimo. Ndipo alipotambua kuwa mke wake amelichukua, akaruka na watoto wake.

Alirudi kwa mama yake; alipomwona amepata nafuu kutokana na kule kuzirai kwake, alimwuliza mkewe na wanawe waliko, mama akamjibu huku akilia, "Ah, mwanangu, Allah Akufariji kwa kutoweka kwako! Hizi hapa ndizo kaburi zao."

Hassan aliposikia kauli ile kutoka kwa mama yake, alipaaza sauti, akaanguka chini, akazirai, akapotewa fahamu mpaka adhuhuri. Jambo hili lilimwongezea mama yake huzuni, akakata tamaa ya maisha. Baada ya muda, Hassan alipata fahamu, akalia na kuzichana nguo zake, akiranda huko na huko mle nyumbani bila kujua la kufanya. Halafu alifuta upanga wake, akamwendea mama yake, akamwambia, "Kama hukuniambia ukweli kuhusu yale yaliyotokea, nitakukata kichwa, halafu nami nijiue!"

"Mwanangu," alijibu mama yake, "uweke chini upanga wako nikwambie yaliyotokea."

Hassan aliurudisha alani upanga wake, akakaa karibu yake, wakati mama yake akimweleza yote yale yaliyotokea toka kuondoka kwa mke wake, akisema, "Ah, mwanangu, nilipomwona akilia kwa kutomkubalia kwenda kwenye hamamu, niliogopa ukija, atakulalamikia, nawe utanikasirikia kwa kutomridhia; wala nisingelitoa lile vazi lake kama si kukasirikiwa na malkia Zubeida aliyenilazimisha, na kuninyang'anya ufunguo. Unajua, mwanangu, kuwa hakuna yeyote awezaye kupambana na nguvu za Khalifa.

"Walipomkabidhi mkeo lile vazi, alilichukua, akalikagua kuangalia kama lina kasoro fulani. Alipohakikisha kuwa liko sawa, alifurahi, akawakumbatia wanawe, akajifunika nalo. Mara tu alipofanya hivyo, aligeuka akawa na mbawa, akarandaranda mle ndani wakati wote waliokuwa hadhirina wakimkazia macho kwa mastaajabu makubwa. Halafu aliruka juu mpaka kwenye kuba, akatua huko, akaniangalia, akasema, 'Mwanao akirudi, na akiona muda wa kutengana naye ni mrefu kwake, na anataka kuwa nami tena kwa sababu bado ananipenda, asafiri mpaka kwenye Visiwa vya Waq.'

"Hicho, mwanangu, ndicho kisa cha mkeo, na yale yaliyotokea toka kuondoka kwako."

Alipomaliza kusimulia, Hassan alipiga kelele tena, akazirai, akapotewa na fahamu mpaka usiku. Alipozinduka, alinyanyuka, akaanza tena kuzungukazunguka mle nyumbani, akilia na kuomboleza. Aliendelea kuwa katika hali hiyo kwa muda wa siku tano bila kula wala kunywa. Mama yake alimwendea, akimsihi mpaka mwisho alivunja ile saumu yake. Lakini aliendelea kuomboleza mpaka alfajiri wakati alipopata usingizi, akalala kwa sababu ya uchovu na udhaifu aliokuwa nao. Alimwota mke wake akimlilia akijuta kwa kile kitendo chake.

Kwa muda wa mwezi mzima, Hassan alikuwa katika hali hii ya kuomboleza na kumlilia mke wake na wanawe - usiku na mchana -mpaka mwisho akakata shauri kuwaendea wale dada zake kutaka ushauri wao mintaarafu mke wake na wanawe, akiamini huenda wao wakamsaidia kuwapata tena.

Basi aliwaita wale ngamia, akachagua hamsini, akawapakia bidhaa tofauti za Iraq, akamwachia mama yake ile nyumba baada ya kuhifadhi salama vitu vyake vyote vya thamani – isipokuwa vichache tu alivyomwachia mama yake - akaanza safari yake ya usiku na mchana mpaka akawasili kule kwenye lile kasri la wale watoto wa kike, akaingia ndani. Alipokewa tena kwa mikono miwili na wale dada zake.

Baada ya kuwakabidhi zawadi alizowaletea zilizowafurahisha sana, walimwuliza, "Je, ndugu yetu, ni kitu gani kilichokuleta mapema hivyo, kwani ni miezi miwili tu toka kuondoka kwako hapa?"

Hassan aliposikia vile, alipaaza sauti, akaanguka chini, akazirai! Wale watoto wa kike walishtuka, wakamkimbilia, wakamzunguka huku wakimlilia. Alipopata fahamu, walimwuliza tatizo alilokuwa nalo. Hassan alilia, akawaambia yale yaliyotokea wakati alipoondoka, na jinsi mke wake alivyotoweka na watoto wake. Wale watoto wa kike walimsikitikia, wakamwuliza kama aliacha taarifa yoyote wakati alipoondoka.

"Dada zangu," aliwajibu, "alimwambia mama yangu: 'Mwambie mwanao atakaporejea kuwa, siku za kutengana kwetu zikiwa ni nyingi kwake, na atapenda kuwa nami, na kama bado ananipenda, anifuate kwenye Visiwa vya Waq.'"

Wale watoto wa kike waliposikia Visiwa vyaWaq, walivuta pumzi, wakatazamana, wakatingisha vichwa, wakati yeye, Hassan, akiwaangalia. Halafu waliinamisha vichwa wakatafakari. Waliponyanyua vichwa, walitamka, "Hakuna mwenye nguvu na mwenye uwezo isipokuwa Mwenyezi Mungu tu! Nyoosha mikono mbinguni uombe Mungu; dua zako zikiitikiwa, utampata mkeo na wanao."

Aliposikia vile, Hassan alianza kutiririkwa machozi mpaka mashavuni, na wale watoto wa kike nao, wakatokwa machozi, wakaanza kulia pia. Walimbembeleza awe na subira, wakimwombea Mwenyezi Mungu Inshaallah, ataungana na mke wake na wanawe.

"Ah ndugu yangu," aliongeza yule dada yake mdogo, "usivunjike moyo; uwe na subira, kwani subira huvuta kheri. Kilio na masikitiko ni ugonjwa umwuuguzao mtu. Baki nasi mpaka utakapopumzika, halafu, Inshaallah, tutafanya mpango wa jinsi ya kumpata tena mkeo na wanao."

Hassan alikaa karibu na yule dada yake aliyeendelea kuongea naye na kumfariji na kumwuliza jinsi mke wake alivyoondoka, na Hassan naye akamsimulia.

"Wallahi, ndugu yangu," alitamka yule dada yake mdogo, "mimi nilikuwa na nia ya kukwambia ulichome lile vazi, lakini shetani alinifanya nisahau."

Basi aliendelea kuongea naye na kumfariji kwa muda wa siku kumi, wakati Hassan hapati usingizi aslan, wala hana hamu ya kula chakula. Yule mtoto wa kike mdogo alipoona jinsi ndugu yake alivyozidiwa, aliwaendea dada zake, akajitupa miguuni pao huku amejaa huzuni akilia, akawasihi watafute njia ya kumpeleka Hassan huko kwenye Visiwa vya Waq ili akaungane na mke wake na wanawe. Aliendelea kuwalilia dada zake mpaka na wao nao walilia, wakamwambia, "Usiwe na wasiwasi, Inshaallah, tutafanya kila tuwezalo kukusaidia ukutane na *ahali* yako." Basi Hassan alibaki kwao kwa muda wa miezi kadhaa.

Wale mabinti mfalme walikuwa na ammi yao aliyeitwa Abdul Quddus aliyempenda sana yule mkubwa wao, na aliyemtembelea mara moja kila mwaka kumtimizia matakwa yake. Siku moja alipowatembelea, walimweleza matatizo ya Hassan aliyoyakabili wakati alipokuwa na yule mchawi wa Ajemi, na jinsi alivyomwua.

Abdul Quddus, kwa furaha aliyokuwa nayo kusikia vile, alimtunukia binti mkubwa uturi, akimwambia, "Ewe binti wa ndugu yangu, ukiwa na tatizo lolote, au ukihitaji kitu chochote, tia motoni tone moja la uturi huu ukilitaja jina langu, nami nitatokea mara moja kukutekelezea ulitakalo." Hilo alimwambia siku mosi ya mwaka uliokuwa ukimalizika, na yule dada mkubwa alimwambia mdogo wao, "Mwaka umemalizika na ammi yetu bado hajatokea. Basi nyanyuka ukaniletee moto na ile chupa ya uturi."

Yule mdogo wao alinyanyuka kwa furaha, akamletea, akamkabidhi dada yake aliyezibua kifuniko, akachovya kidogo, akainyunyiza motoni, akimtaja ammi yake. Mara ileile palitokea vumbi kwenye bonde lililokuwa mbele yao. Lilipotua, walimwona ammi yao amempanda tembo aliyelia kama tarumbeta wakati akiwajia. Alipowafikia, alishuka, wakamkumbatia, wakambusu mikono, wakamwuliza hali na habari za siku nyingi toka walipoonana kwa mara ya mwisho. Aliwaambia, "Nilikuwa nimeketi na shangazi yenu wakati niliposikia harufu ya uturi, nikafanya haraka ya kuja kwenu kwa tembo huyu. Je, kuna nini, binti yangu?"

"Ah, ammi," alijibu yule mtoto wa kike, "tulikuwa na hamu nawe sana, kwani mwaka umeshakamilika, na haikuwa tabia yako ya kutofika kwetu zaidi ya mwaka mmoja."

"Nilikuwa na shughuli nyingi," alijibu yule mzee, "lakini nilikata shauri kuja kwenu kesho."

Wale watoto wa kike walimshukuru, wakaketi, wakaongea naye. Ndipo yule mkubwa alipomwambia, "Ewe ammi yetu, tuliwahi kukwambia kisa cha Hassan wa Basrah, na jinsi Behram mchawi alivyomleta huku, na jinsi Hassan alivyomwua, na alivyompata binti wa mfalme mkuu wa majini, akamwoa, akaenda naye kwao."

"Ndiyo," alijibu, "na kumetokea nini baada ya hayo?"

"Mke huyo amejaaliwa kumpatia watoto wawili wa kiume," alisema binti mfalme. "Lakini mkewe alifanya hila, ametoweka na wale watoto mpaka kwao wakati mumewe akiwa hayuko akimwachia taarifa mama yake, akisema, 'Mwanao akirudi, akinitaka, na akiona kutengana nami ni kurefu, na anataka tuungane tena, anifuate kwenye Visiwa vya Waq.'"

Abdul Quddus aliposikia vile, alitingisha kichwa, akauma kidole, akainamisha kichwa wakati Hassan akimwangalia kutoka mahali alikofichwa. Wale watoto wa kike walimwambia ammi yao, "Tujibu, kwani nyoyo zetu zimejaa huzuni." Lakini Abdul Quddus alitingisha kichwa, akasema, "Ah, mabinti zangu, huyo bwana amejitia katika tatizo na hatari kubwa, kwani hawezi kufika huko kwenye Visiwa vya Waq."

Wale mabinti mfalme walimwita Hassan. Alijitokeza, akamwamkia Abdul Quddus kwa kumbusu mkono. Yule mzee alifurahi kukutana naye, akamkalisha karibu yake. Wale watoto wa kike wakasema, "Ewe ammi, mwambie ndugu yetu Hassan yale uliyotuambia." Abdul Quddus alimwambia Hassan, "Mwanangu, usijitese! Epukana na fikra ya kufika kwenye Visiwa vya Waq, kwani kati yako na visiwa hivyo kuna mabonde saba na bahari saba. Je, ni nani atakayekufikisha huko? Kwa hiyo, nakusihi, kwa jina la Mwenyezi Mola Aliyekuumba, achana na fikra hiyo, mwanangu. Visiwa hivyo vihesabu kama haviko, usiidhili nafsi yako; rejea nyumbani."

Maneno haya yalimliza Hassan, akazungukwa na wale dada zake wakilia naye wakati yule mdogo akizichana nguo zake, akijipiga makonde mpaka akaingiwa na kizunguzungu, akazirai.

Yule mzee alipowaona hali waliyokuwamo, aliingiwa na huruma, akawanyamazisha, akamwambia Hassan, "Mwanangu, tuliza roho yako; kama Mwenyezi Mungu Ameandika, utafanikiwa. Sasa nyanyuka unifuate."

Hassan alinyanyuka, akawaaga wale dada zake, akamfuata yule mzee huku amejaa furaha akitumaini labda, Mwenyezi Mungu Akipenda, huenda akafanikiwa.

Yule mzee alimwita yule tembo, akampanda, akamkalisha Hassan nyuma yake, wakaondoka. Baada ya safari ya siku tatu ya usiku na mchana kwa kasi ya umeme, walifika kwenye mlima mmoja mkubwa wenye mawe ya rangi ya samawi, na katikati yake pana pango lenye mlango wa Kichina. Yule mzee alimtua Hassan, akashuka, akampa ruhusa yule tembo. Halafu alielekea kule kwenye lile lango, akaubisha, ukafunguka, akatokea mtumwa mmoja mweusi asiyekuwa na nywele aliyefanana na *Afriti* akiwa na upanga wazi mkononi. Alipomwona Abdu Quddus, aliutupa chini ule upanga na ngao, akamwendea, akambusu mkono.

Abdul Quddus alimshika Hassan mkono, akaingia naye mle ndani, na yule mtumwa akaufunga ule mlango nyuma yao. Mle ndani Hassan alijikuta yumo ndani ya nafasi pana, kwa mbele akaona njia ya kichochoro, wakapita mle, wakaendelea kwa muda mpaka wakatokea kwenye uwanja mpana, wakaendelea mbele tena mpaka walipofika kwenye pembe ya mlima walikoona milango miwili ya shaba. Yule mzee aliufungua mmoja, akamwambia Hassan, "Mimi nitaingia ndani, na wewe kaa hapa mlangoni ukinisubiri mpaka nitakaporudi upesi. Usiufungue wala usiingie ndani."

Mtumwa Mwenye Upanga Wazi Mkononi!

Yule mzee aliingia, akaufunga ule mlango nyuma yake, akatoweka. Baada ya muda wa saa moja, alitokea tena, akimwongoza farasi mwenye tandiko na hatamu ambaye, wakati alipokimbia, alipaa kwa kasi ya ajabu akashindwa hata kufikiwa na vumbi linalotimuliwa na upepo! Alimletea Hassan, akamwambia, "Mpande!"

Hassan alimpanda na Abdul Quddus aliufungua ule mlango wa pili, ndani mkaonekana jangwa pana.

Waliingia kuelekea kule jangwani, na yule mzee alimwambia Hassan, "Ewe mwanangu, chukua barua hii uihifidhi; na huyu farasi atakubeba. Utakapoona amesimama penye kiingilio cha pango kama hili, mshuke, mtupie hatamu yake kwenye tandiko la kukalia, mwache aende zake. Ataingia ndani ya pango, lakini wewe usiingie naye bali ubaki ukistahamili kiingilioni kwa muda wa siku tano. Siku ya sita, utajiwa na mtu mzee mweusi aliyevaa nguo nyeusi mwenye ndevu nyeupe zinazomfikia kitovuni. Mbusu mikono, chukua sehemu ya nguo yake, uiweke kichwani, halafu umlilie mpaka akuonee huruma na kukuuliza ulitakalo. Mkabidhi hiyo barua, ambayo ataichukua na kuingia nayo ndani akikuacha wewe pale nje bila kusema lolote. Wewe subiri tena hapo mlangoni kwa muda wa siku nyingine tano bila kwenda au kufanya lolote mpaka siku ya sita utakayomtazamia. Akikutokea peke yake, ujue kuwa ulitakalo litatekelezeka; lakini kama mmoja wa watumishi wake akikujia, ujue huyo amekuja kukuua!

Ujue, mwanangu, kuwa yeyote aliyechukua hatua kama hiyo yako, litakalomtokea itakuwa amejitakia mwenyewe. Kwa hiyo, kama unaiogopea roho yako, usiitie katika hatari hiyo. Lakini kama huogopi, fanya unavyopenda, kwani mimi nimeshakueleza yote. Walakini, kama umekata shauri kurejea kwa rafiki zako, wacha nikupandishe tena kwenye yule tembo atakayekufikisha kwa mabinti wa ndugu yangu ambao, na wao, watakurudisha kwenu, na Inshaallah, Mwenyezi Mungu Atakujaalia utapata msichana mwingine mzuri utakayempenda."

"Maisha yangu yatakuwaje mazuri bila mimi kulifikia lengo langu? Naapa wallahi, sitarejea mpaka nitakapompata mpenzi wangu na wanangu au nife!"

Abdul Quddus aliposikia vile, alijua kuwa Hassan hataachana na lile alilolikusudia, na hakuna yeyote atakayeweza kumshawishi abadili nia yake hata kama litahatarisha maisha yake. Hivyo basi, alimwambia, "Ujue, mwanangu, kuwa Visiwa vya Waq ni visiwa saba, na vina wanajeshi wengi wa kike. Na visiwa vya ndani zaidi vinalindwa na mashetani ambako bado hakuna yeyote aliyefika. Kwa hiyo, nakusihi, kwa jina la Mwenyezi Mungu, rejea kwenu, kwani huyo umtafutaye ni binti wa mfalme wa visiwa hivyo. Utampataje? Nisikilize, mwanangu, Mwenyezi Mungu Atakujaalia utampata mwingine mzuri zaidi kuliko huyo umtafutaye."

"Seyyid yangu," alijibu Hassan, "kwa ajili ya mapenzi yake, nilipata maumivu mengi ya mwili na roho. Kwa hiyo, sina budi kwenda huko kwenye Visiwa vya Waq aliko mke wangu na wanangu, na Inshaallah, nitarudi nao."

"Ni kusema kuwa umekata shauri kwenda huo?" Aliuliza yule Sheikh.

"Naam," alijibu Hassan. "Ni lazima. Ninalokuomba ni kuniombea Mola na unisaidie kadiri ya uwezo wako. Na Inshaallah nitakutana na mke wangu na wanangu."

Abdul Quddus alimwambia, "Mwanangu, una mama; usimtie huzuni na uchungu kwa kukupoteza."

"Wallahi, Seyyid yangu," aliapa tena Hassan, "sitarudi bila mke wangu na wanangu; labda nife."

Kwa kauli hii mzee alihakikisha kuwa Hassan hatabadili nia yake. Basi alimkabidhi ile barua, akamwombea Mwenyezi Mungu, akamwelekeza pa kwenda, akimwambia, "Katika barua hii nimemkabidhi mamlaka Abou Ruwaish bin Belkis. Yeye ni mwalimu na bwana wangu. Watu wote, wanaume na majini, humnyenyekea yeye. Haya, sasa nenda kwa baraka na ulinzi wa Mwenyezi Mungu."

Hassan alimpanda yule farasi, akaruka naye kwa kasi ya umeme kwa muda wa siku kumi, mpaka mbele yake alipoona mlima mkubwa mweusi kama giza la usiku wa manane, ulionyooka juu mbele yake, ulioenea toka Mashariki hadi Magharibi.

Alipoukaribia ule mlima, yule farasi alianza kulia na mara mbele yake palitokea farasi wengine waliomzunguka ambao idadi yao haikujulikana, wakaanza kumsogelea na kujisugua na yule farasi aliyempanda. Hassan alitishika, lakini yule farasi wake aliendelea kupaa, akiandamwa na wale wengine mpaka alipofika kwenye lile pango aliloambiwa na Abdul Quddus. Hapo yule farasi alisimama kiingilioni, na Hassan alishuka, akamtupia hatamu kwenye tandiko. Yule farasi aliingia mle ndani bila Hassan kama vile alivyoshauriwa na yule mzee, akitafakari juu ya yale yatakayotokea.

Alibaki pale mlangoni kwa muda wa siku tano bila kupata usingizi, akiwa ana wasiwasi, akifikiri juu ya yote yale yaliyomsibu huku machozi yakimtiririka akiwa na moyo mzito. Hapo akaanza kumfikiria mama yake na yale ambayo yangeweza kumtokea, na kule kutengana na mke wake na wanawe.

Wakati akiwa katika mawazo hayo, mara Sheikh Abou Ruwaish mweusi aliyevalia nguo nyeusi alimtokea. Hassan alimtambua kuwa ni yule aliyeelezwa na Abdul Quddus. Basi Hassan alijitupa miguuni pake, akayasugua mashavu yake miguuni pake, akachukua sehemu ya nguo yake, akaiweka kichwani, akaanza kumlilia. Yule mzee alimwuliza, "Je, unataka nini, mwanangu?" Hassan alimnyooshea mkono, akamkabidhi ile barua, na yule mzee aliingia nayo ndani, bila kumjibu. Hassan alibaki pale nje kwa muda wa siku tano, huku amejaa woga na wasiwasi.

Siku ya sita Abou Ruwaish, alitokea, akamwashiria aingie ndani. Hassan aliingia kwa furaha nyingi, akiwa na uhakika kuwa matakwa yake yatafanikiwa.

Yule mzee alimshika mkono, akamwongoza mle ndani kwa muda wa nusu siku mpaka walipofika kwenye mlango wa chuma. Abou Ruwaish aliufungua ule mlango, wakaingia, wakatokea kwenye ukumbi uliopambwa kwa vito na marumaru. Katikati palikuwa na bustani iliyokuwa na miti, maua, na matunda tofauti. Halikadhalika, palikuwa na ndege waliorukaruka huko na huko kwenye ile miti, wakiimba na kumsifu Mola. Pia palikuwa na majukwaa manne yaliyoelekeana, na kila moja lilikuwa na birika la chemchemi ya maji, na kila pembe ya jukwaa palikuwa na sanamu wa simba wa dhahabu, waliotoa maji vinywani yakimwagikia kwenye *hodhi*. Na kwenye kila jukwaa palikuwa na kiti kilichokaliwa na mzee aliyekuwa na vitabu mbele yake na chetezo cha dhahabu chenye moto na manukato, na mbele ya kila mzee palikuwa na wanafunzi waliovisoma vile vitabu.

Walipoingia mle ndani, wale wazee waliwasimamia kwa heshima, na Abou Ruwaish naye aliwaashiria wawape ruhusa wale wanafunzi; na wao wakafanya vile walivyoashiriwa. Halafu wale wazee walinyanyuka, wakaketi mbele ya Abou Ruwaish, wakamhoji juu ya Hassan, na yeye alimwambia Hassan, "Waambie kisa chako na yote yale yaliyokusibu, toka awali hadi akheri."

Hassan, kwa huzuni na majonzi mengi, aliwasimulia mpaka pale Bahram alipomshonea kwenye ile ngozi ya ngamia, akanyakuliwa na lile dege Rok mpaka kwenye kilele cha ule mlima. Ndipo wale masheikh wanne walipotamka kwa mshangao mkubwa, "Huyu ndiye yule aliyesababishwa na yule mchawi kupandishwa na dege mpaka kwenye kilele cha ule Mlima wa Mawingu, baada ya kushonewa ndani ya ngozi ya ngamia?" Hassan alijibu "Ndiyo!"

Basi walimgeukia Sheikh Abou Ruwaish, wakamwambia, "Ewe Sheikh wetu, Behram alimpandisha mlimani; lakini aliushukaje, na aliona miujiza gani huko?" Abou Ruwaish aliwajibu, "Ewe Hassan, hebu waeleze mwenyewe jinsi ulivyoshuka na maajabu uliyoyaona."

Hassan aliwasimulia yote toka mwanzo mpaka mwisho, na jinsi alivyomwua yule mchawi na kumwokoa yule kijana na kumrudisha kwao; na jinsi alivyompata yule binti mfalme wa jini na alivyomwoa na akamzalia watoto wawili wa kiume; na jinsi mke wake alivyoruka na wanawe; na yote yale aliyoyakabili baada ya hapo mpaka akawasili kwao.

Wale wazee walistaajabu, wakamwambia Abou Ruwaish, "Ewe mzee wa wazee, wallahi, kwa jina la Mwenyezi Mungu, huyu kijana anastahili kuonewa huruma! Ni lazima asaidiwe kumpata mkewe na wanawe."

"Enyi ndugu zangu," aliwajibu, "hili ni jambo la hatari; na mimi bado sijaona mtu anayehatarisha maisha yake kama huyu kijana. Mnajua kwamba Visiwa vya Waq havifikiki, na kwamba hakuna yeyote anayeweza kufika huko bila kuhatarisha maisha yake. Na mnajua pia nguvu za wakazi wake na walinzi wao. Zaidi ya hayo, mimi nimeapa sitakanyaga ardhi yao wala sitawafanyia hila ya aina yoyote dhidi yao. Sasa huyu mtu atampataje binti wa mfalme huyo mkuu, na ni nani atakayemfikisha huko au atakayemsaidia katika jambo hili?"

"Ewe mzee wa wazee," walimjibu, "huyu mtu anateswa na hamu ya kuiona ahali yake, na ameshajihatarisha kwa kukuletea barua ya ndugu yako Abdul Quddus. Kwa hiyo, ni wajibu wako kumsaidia."

Hassan alinyanyuka, akaibusu miguu ya Abou Ruwaish, akainyanyua sehemu ya kanzu yake akaiweka kichwani huku mchozi yakimtiririka, akasema, "Nakusihi, kwa jina la Allah, niunganishe na mke wangu na wanangu, hata kama itanigharimu maisha yangu na roho yangu!"

Wale wazee wanne walimsikitikia wakatokwa machozi kuona jinsi yule kijana alivyokuwa akitiririkwa machozi, wakamwambia Abou Ruwaish, "Tafadhali, tunakusihi, msaidie huyu kijana japokuwa kwa sababu ya nduguyo Abdul Quddus, upate thawabu za Mwenyezi Mungu!"

"Huyu kijana maskini," alisema Abou Ruwaish, "hajui analolifanya; lakini tutajaribu kumsaidia kadiri ya uwezo wetu."

Hassan aliposikia vile, alifurahi, akabusu mikono ya wale wazee wengine, akiwasihi na wao wamsaidie.

Abou Ruwaish alichukua kidau cha wino, kalamu na karatasi, akaandika barua, akaifunga, akamkabidhi Hassan ile barua pamoja na pochi ya ngozi iliyokuwa na uturi, jiwe, na chuma, akamwambia, "Itunze pochi hii; ukiingia matatani, chovya uturi kidogo uliomo humu, ulitaje jina langu, nami nitakutokea mara moja na kukuondolea matatizo yako." Halafu alimwambia mmoja wa wale waliokuwako pale aende akamletee Afriti mmoja wa majini yapaayo. Alipoletwa, Abou Ruwaish alimwuliza jina lake.

"Mtumwa wako naitwa Dehnesh bin Fektesh," alijibu yule Afriti. Yule Sheikh alimwambia, "Njoo karibu yangu." Dehnesh alipomkaribia, yule Sheikh alimnong'onezea sikioni, na yule Afriti alitingisha kichwa, akajibu, "Nakubali, ewe Sheikh wa Masheikh."

Abou Ruwaish alimgeukia Hassan, akamwambia, "Ewe mwanangu, panda mabegani mwa huyu Afriti Dehnesh. Atakapopaa nawe angani, na ukisikia malaika wakimsifu Mwenyezi Mungu, usiwaige ama sivyo wewe na yeye mtaangamia."

Abou Ruwaish Akiiandika Barua

"Sitasema neno lolote," alijibu Hassan; na yule mzee aliendelea kusema, "kesho alfajiri atakuweka chini kwenye nchi nyeupe ambako utasafiri peke yako kwa muda wa siku kumi mpaka utakapofika kwenye lango la jiji. Ingia, uulize aliko mfalme wa hilo jiji; na utakapofika mbele yake, msalimu na uubusu mkono wake, umkabidhi barua hii, halafu uzingatie ushauri atakaokupa."

"Nimesikia na natii," alijibu Hassan. Basi alimpanda yule Afriti mabegani, wakati wale wazee wamesimama wakimwombea Mwenyezi Mungu, wakimwambia Dehnesh amwangalie sana huyo kijana.

Yule Afriti alipaa naye mbali angani mpaka wakasikia malaika wakimsifu Mwenyezi Mungu huko mbinguni. Yule Afriti aliendelea kuruka naye mchana kutwa na usiku kucha, mpaka siku ya pili, wakati wa alfajiri, alimtua chini kwenye ardhi nyeupe mithili ya kafuri, yeye akaenda zake, akamwacha Hassan pale.

Hassan alipojikuta peke yake, aliendelea na safari yake mchana kutwa na usiku kucha kwa muda wa siku kumi, mpaka alipowasili kwenye lango la lile jiji, akaingia, akauliza kwa mfalme. Alielekezwa, na akaambiwa kuwa jina la mfalme wa nchi ya Kafuri ni Hassoun, na kwamba ana majeshi yanayoweza kuenea upana na urefu wa ulimwengu mzima!

Hassan alipofika kwa mfalme huyo, aliomba aonane naye, akakubaliwa, akafikishwa mbele yake, akaibusu sakafu iliyokuwa mguuni pake. Mfalme alimwuliza alichokitaka. Hassan aliibusu ile barua, akamkabidhi. Mfalme aliisoma, akatingisha kichwa, akamwambia mmoja wa wakuu wake, "Mchukue huyu kijana ukamweke katika chumba cha wageni. Hassan aliishi humo kwa muda wa siku tatu, akila na akinywa akihudumiwa na kustareheshwa na wafanyakazi wa mle ndani waliomhoji mengi, hasa jinsi alivyofika kwao; na yeye aliwaridhisha.

Siku ya nne, wale wahudumu wake walimfikisha mbele ya mfalme aliyemwambia, "Ewe Hassan, Sheikh wa Masheikh amenishauri kuwa unakuja kwangu kwa sababu unataka kuingia katika Visiwa vya Waq. Ah, mwanangu, ningekupeleka huko mara moja, lakini huko njiani kuna hatari nyingi na kuna jangwa kame lenye vitisho vingi. Lakini uwe na subira na, Inshaallah, yote yatakuwa ya kheri, kwani ni lazima nifanye jitihada ya kukufikisha huko. Lakini ujuwe, mwanangu, kuwa huko kuna jeshi kubwa la wapanda farasi lenye silaha lilindalo hiyo nchi dhidi ya yeyote anayekusudia kuingia huko kwenye Visiwa vya Waq. Lakini kwa ajili ya Sheikh Abou Ruwaish, siwezi kukurudisha kwake bila kukutimizia matakwa yako.

"Hivi karibuni hapa kwetu patafika merikebu kutoka huko kwenye Visiwa vya Waq. Nitakupakia katika merikebu ya kwanza, na kukukabidhi kwa mabaharia ili wakutunze na kukufikisha huko. Yeyote atakayekuhoji na sababu ya kwenda huko, na wewe ni nani, uwajibu kuwa wewe ni jamaa yake mfalme Hassoun, Seyyid wa Nchi ya Kafuri, na merikebu itakapowasili kwenye Visiwa vya Waq, na nahodha atakapokwambia ushuke, shuka!

"Utakapofika kisiwani, utaona masanduku mengi pwani. Uchague moja ujifiche chini yake. Giza litakapoingia, utaona jeshi la wanawake likitokea litakalokagua bidhaa zilizoshushwa kutoka merikebuni. Mmoja wao atakaa kwenye sanduku utakalojificha chini yake. Mnyoshee mkono, umshike, umsihi akusalimishe. Akikubali, utafanikiwa na utampata mkeo na wanao. Lakini akikataa, ukate tamaa, kwani utakuwa mfu! Kwa hiyo, ujue, mwanangu, kuwa maisha yako yamo mikononi mwa Mwenyezi Mungu. Ni hayo tu ndiyo ninayoweza kukufanyia; uende salama!"

Dehnesh Bin Fektesh Akipaa Na Hassan

Hassan aliposikia kauli ya yule mfalme, aliibusu sakafu iliyokuwa miguuni pake, akasema, "Ewe mfalme mtukufu, ni siku ngapi zilizobaki mpaka kuwasili kwa hizo merikebu?"

"Takriban ni muda wa mwezi mmoja," alijibu mfalme Hassoun. "Zitakapowasili, zitabaki hapa kwa muda wa miezi miwili kwa ajili ya kuuza bidhaa zao, halafu watarejea kwao. Kwa hiyo, usitazamie kuondoka hapa kabla ya miezi mitatu kamili ijayo."

Halafu mfalme alimwambia arudi kule kwenye nyumba ya kufikizia wageni, akawaamrisha watumishi wake wamtunze na wamhudumie kwa kila anachokihitaji kama vile ambavyo wangemhudumia yeye mfalme.

Hassan aliishi humo kwa muda wa mwezi mmoja mpaka zile merikebu zilipowasili. Mfalme na wafanyabiashara walikwenda huko pamoja na Hassan. Kati ya hizo merikebu, mfalme aliona merikebu moja iliyojaa watu wengi kama utitiri. Ilikuwa imetia nanga katikati ya bandari na ilikuwa na mashua ndogo iliyosafirisha bidhaa mpaka bandarini.

Hassan alisubiri mpaka mabaharia waliposhusha bidhaa zote ufukweni, zikauzwa, zikabaki siku tatu tu kabla ile merikebu haijang'oa nanga. Hapo ndipo mfalme alipomwita Hassan, akampatia mahitaji yake yote pamoja na zawadi. Mfalme alimwita nahodha wa ile merikebu kubwa, akamwambia, "Mchukue kijana huyu merikebuni mwako bila kujulikana na mtu yeyote, umfikishe kwenye Visiwa vya Waq, umwache huko bila kumwambia mtu."

"Nimesikia, Seyyid yangu, na natii," alijibu yule nahodha. Halafu mfalme alimgeukia Hassan, akamwambia, "Angalia sana; usimwambie yeyote jambo lolote wakati utakapokuwa merikebuni, ama sivyo utapoteza maisha yako."

"Nimesikia na natii," alijibu Hassan. Alimuaga mfalme baada ya kumshukuru na kumtakia kila la kheri na maisha marefu. Na mfalme naye alimshukuru, akamtakia naye safari salama na mafanikio katika matakwa yake.

Hassan alikabidhiwa nahodha, akamtia ndani ya kasha kubwa, akampakia ndani ya mashua, akaelekea naye merikebuni ambako watu walikuwa wakijishughulisha na upakiaji wa bidhaa. Hakuna yeyote aliyelishuku lile kasha. Wote walidhani ni moja ya mizigo iliyokuwa ikipakiwa.

Ile merikebu iling'oa nanga, ikasafiri kwa muda wa siku kumi. Siku ya kumi na moja, walifika mwisho wa safari yao, na nahodha alimtaka Hassan ashuke. Alishuka bila kujulikana. Na, kama alivyoelezwa na yule mfalme, aliona masanduku mengi yasiyokuwa na idadi yaliyojaa pwani. Alijificha chini ya moja mpaka usiku.

Mara walitokea wanawake wengi kama nzige waliokuwa na panga wazi mikononi, wakawa wanajishughulisha na zile bidhaa zilizoshushwa merikebuni. Baada ya muda, walipumzika. Mmoja wao alilikalia lile sanduku alikojificha Hassan. Hassan alishika upindo wa nguo ya yule mwanamke, akaiweka kichwani pake, akajitupa miguuni pake, akambusu mikono na miguu, akamlilia. Yule mwanamake alishangaa, akamwambia, "Nyanyuka usimame! Ukionekana, utauawa!"

Hassan alisimama, akambusu yule mwanamke mikono, akamwambia, "Ewe Seyyidati, niko chini ya ulinzi wako! Mwonee huruma mmoja aliyetengana na mke wake na wanawe; mmoja anayetamani sana kukutana nao hata akahatarisha maisha yake kwa kuwasaka mpaka huku! Nionee huruma, na Mwenyezi Mungu, Inshaallah, Atakupeleka peponi. Na kama hutanipokea, nakusihi, unisitiri, unilinde!"

Wafanyabiashara walipomwona akiongea na yule mwanamke, walimkazia Hassan macho; na yule mwanamke, aliposikia kile kilio chake, alimwonea huruma, akajua kuwa asingehatarisha maisha yake kwa kufika kule kama si jambo muhimu. Basi alimwambia, "Mwanangu, usivunjike moyo, rudi palepale ulipojifika mpaka usiku, na Mwenyezi Mungu Atafanya Alitakalo."

Yule mwanamke aliondoka, akamwacha Hassan amejificha tena pale chini, wakati wale wanajeshi wakiwasha mishumaa na moto, wakifukiza udi na ambari, wakaupitisha usiku kwa michezo mpaka kulipokucha.

Kulipopambazuka, mashua zilirejea pwani, na wafanyabiashara wakaendelea na shughuli zao kwa kuuza na kusafirisha bidhaa zao mpaka kulipokuchwa. Wakati wote huo Hassan alikuwa amejificha chini ya lile sanduku, akiwa amejaa woga wa kutojua litakalompata.

Wakati akitafakari vile, yule mwanamke aliyemwomba amsalimishe, alimjia, akamkabidhi mavazi ya kijeshi, akamwambia ayavae, halafu akae juu ya moja ya yale masanduku aonekane kama mmoja wa wale askari. Alimwacha pale akimwambia asiseme na yeyote kwani alikuwa akiwaogopa wanajeshi wenzake.

Wanawake Wakiwa na Panga Wazi Mikononi

Hassan alinyanyuka, akavaa lile koti, kofia, akajifunga na mkanda kiunoni, akauweka upanga begani, akaushika mkuki kwa mkono wa pili, akakaa juu ya lile sanduku, wakati wote huo akimwomba Mwenyezi Mungu amsalimishe.

Baada ya muda, kwa mbali, palitokea mwangaza wa taa chungu nzima, wakafika wale wanajeshi wa kike. Hassan alinyanyuka, akajichanganya nao, akaonekana kama mmoja wao. Kabla hakujapambazuka, wote waliondoka, wakaelekea moja kwa moja mpaka kwenye kambi yao walikotawanyika, kila mmoja akielekea kwenye hema lake. Hassan alimfuata yule msitiri wake mpaka kwenye hema lake. Alipoingia, yule mwanamke aliweka chini silaha yake na ushungi wake. Hassan naye alifanya hivyo, kwani naye alijifunika ushungi kama wale askari wa kike! Alipomtazama yule mwanamke, aliona kuwa alikuwa mwanamke mtu mzima, mwenye macho ya rangi ya samawi, pua kubwa, na uso uliojaa huzuni. Hakika alikuwa mwanamke mwenye sura mbaya ya kutisha, mwenye nyusi nene, mapengo kinywani, na ngozi iliyonyong'onyea. Puani na kinywani alikuwa akitokwa na udenda! Na alipomtazama Hassan, alimstaajabia, akajiambia, "Imewezekanaje mtu huyu kufika nchi hii, na amekuja na merikebu ipi kati ya zile zilizowasili, na imewezekanaje kufika salama bila kugundulika?"

Alizidi kumhoji Hassan juu ya mkasa wake, huku akimstaajabia. Hassan alimwangukia miguuni, akaupangusa uso wake miguuni pake, akashika upindo wa lile vazi lake, akaliweka kichwani, akamsihi amlinde na amsitiri.

Alipoona jinsi alivyokuwa akimsihi, moyo ulimyeyuka yule mwanamke, akamwahidi atamlinda kadiri ya uwezo wake, na kwamba asiogope. Halafu alimwuliza sababu zilizomleta, naye akamsimulia. Yule mwanamke alistaajabu sana, akasema, "Hayo yaliyokupata, bado hayajampata mwingine yeyote; na Mwenyezi Mungu ndiye Aliyekusalimisha mpaka ukafika hapa, ama sivyo ungekufa zamani. Na sasa, mwanangu, tulia, uwe na imani; usiogope lolote, kwani umefika mwisho wa safari yako; na kama Mwenyezi Mungu Atakujaalia, utalifikia lengo lako!"

Hassan alifurahi; na mara ileile yule mwanamke aliwaita viongozi wa jeshi, kwani ilikuwa ni siku ya mwisho wa mwezi. Walipofika, aliwaambia, "Nendeni mkawatangazie wanajeshi wote wafike hapa kesho asubuhi kutakapopambazuka. Asibaki nyuma hata mmoja, hata kama anaumwa, na ni mahututi!"

"Tumesikia na tunatii amri!" Walimjibu kwa kauli moja. Wote waliondoka kwenda kutangaza kama vile walivyoagizwa.

Baada ya muda, walirudi wakamwarifu yule mama kuwa amri yake imeshatekelezwa. Hassan akatambua kuwa yule mama alikuwa jemadari wao mkuu mtoa amri kwa wote. Jina lake lilikuwa Shewahi, mama mkuu wa misiba. Aliendelea kutoa amri na kufanya hivi au vile kwa mastaajabu makubwa ya Hassan, ambaye hakuthubutu kusema lolote.

Kulipokucha, wanajeshi wote walijikusanya, lakini yule mama hakuongozana nao kama kawaida, bali aliwaambia la kufanya, akabaki.

Mara tu wale wanajeshi walipotoweka kwenda kwenye shughuli zao mbalimbali, na kambi ilipokuwa tupu, yule mwanamke alimwambia Hassan, "Hebu njoo hapa karibu yangu, mwanangu." Alipomkaribia, yule mama alimwuliza, "Kwa nini umehatarisha maisha yako kwa kuja huku? Usiogope, niambie kweli; nimetoa kauli yangu, na nakuonea huruma kwa masaibu yaliyokupata. Ndiyo maana nimekuchukua chini ya ulinzi wangu. Kwa hiyo, ukiniambia kweli, nitakusaidia kufikia lengo lako, ingawa labda nitasababisha vifo na madhara mengi ya mwilini na roho. Na kwa kuwa umefika kwangu, hakuna lolote litakalokupata kutokana nami, wala mimi sitadhurika kwa kuja kwako katika Visiwa vya Waq."

Hassan, bila woga, alimsimulia kisa chake chote toka awali hadi akheri, akimwambia juu ya wale ndege, na jinsi alivyolichukua vazi la mmoja wao aliyegeuka kuwa msichana mzuri, na jinsi mwisho alivyo huyo msichana, akaishi naye, akamzalia watoto wawili wa kiume, na jinsi mkewe alivyowachukua wanawe, akaruka nao mara tu alipolipata lile vazi lake. Ili mradi alimhadithia kinagaubaga kisa chake chote bila kumficha lolote wala chochote.

Shewahi aliposikia kisa kile, alitingisha kichwa, akamwambia, Hassan, "Ewe kijana, Mwenyezi Mungu Aliyekufikisha kwangu salama, Asifiwe! Kwani ungefika kwa mwingine yeyote, ungepoteza maisha yako bila kufanikiwa na kupata lililokuleta! Lakini usafi wa nia yako na mapenzi yako, na jinsi unavyompenda mkeo na wanao, hivyo ndivyo vilivyokufikisha na kukufanya ufanikiwe kufika mpaka hapa. Kama usingempenda mkeo hivyo, usingehatarisha maisha yako. Mwenyezi Mungu Asifiwe kwa kukusalimisha! Sasa inatupasa kuiendeleza jitihada yako, na kujaribu kukusaidia ufanikiwe – Mola Akitujaalia! Lakini, mwanangu, ujue kuwa mkeo hayuko hapa bali yuko katika Kisiwa cha saba cha Waq; na kutoka hapa mpaka huko ni safari ya miezi saba ya usiku na mchana! Kutoka hapa inatubidi twende kwanza kwenye kisiwa kiitwacho Nchi ya Ndege ambako, kwa sababu ya milio ya ndege na upigajipigaji wa mbawa zao, ni vigumu kumsikia mtu akiongea na mwenzake!

"Tutasafiri usiku na mchana kwa muda wa siku kumi na moja mpaka tutakapofika nchi nyingine inayoitwa Nchi ya Wanyamapori ambako, kwa sababu ya milio ya simba, mbwamwitu, fisi, na wanyamapori wengine wakali, hatutaweza kusikilizana!

"Kutoka huko tutasafiri tena kwa muda wa siku ishirini mpaka tutakapowasili katika nchi ya tatu inayoitwa Nchi ya Majini, ambako nako, kwa sababu ya milio na ngurumo zao, na kwa sababu ya moto unaotoa cheche vinywani mwao, na kwa ajili ya kiburi chao cha kutufungia mabarabara, masikio huziba na macho hupofuka, au mtu huangamia! Lakini mpanda farasi, kwa bahati nzuri, huinamisha kichwa, na hakiinui mpaka baada ya siku tatu!

"Kutoka huko, tutafika kwenye mlima mkubwa wenye mto utokao kasi juu, uliopakana na Visiwa vya Waq ambavyo, kwa jumla, ni visiwa saba, vinavyoenea kwa umbali wa safari ya mwaka mzima kwa mpanda farasi.

"Ujue pia, mwanangu, kuwa anayetutawala kwenye visiwa hivi ni mwanamke, na kwamba wanajeshi wake wote ni wa watoto wa kike na ni wanawali.

"Kwenye ukingo wa mto huo, kuna mlima mwingine unaoitwa Waq, na umeitwa hivyo kwa sababu kuna mti unaoota huko, unaozaa matunda kama vichwa vya binadamu. Jua linapoviangaza, hivyo vichwa hulia, 'Waq! Waq! Sifa zote zimwendee Mwumba Mkuu!'

"Tunaposikia milio yao hiyo, ndipo tunapotambua kuwa kumekucha. Vivyo hivyo kunapokuchwa, vichwa hivyo hulia hivyo tena, na ndipo tunapojua kuwa jua limekuchwa. Ni marufuku kabisa binadamu kuishi nasi, kutuzuru, au kuikanyaga ardhi yetu hiyo. Zaidi ya hayo, kati yetu na huko aishiko malkia anayetutawala, ni umbali wa mwendo wa mwezi mmoja kutoka hapa. Wakazi wote wako katika himaya yake kama walivyo makabila ya majini na mashetani wote ambao idadi yao inajulikana tu na Mwenyezi Mungu Aliyewaumba. Kwa hiyo, kama unaogopa, nitamwamrisha wa kuongozana nawe, akufikishe pwani, akupakie tena kwenye merikebu itakayokufikisha kwenu. Lakini kama unasisitiza kubaki, sitakukataza bali utakuwa nami, na utakuwa kwenye ulinzi wangu mpaka utakapofanikiwa – kama Mwenyezi Mungu Akipenda."

Vichwa vya Mti Viliavyo "Waq Waq!"

"Ewe Seyyidati," alijibu Hassan, "aslan sitakuacha mpaka nitakapompata mke wangu na wanangu, au nipoteze maisha yangu!"

"Hilo ni jambo dogo," alisema yule mama. "Usivunjike moyo, Inshaallah, utafanikiwa. Kwanza itanibidi kumwarifu malkia ajue habari zako ili akusaidie ufikie lengo lako."

Hassan alimshukuru yule mama kwa wema wake, akambusu kichwa na mikono, akaongozana naye, akitafakari juu ya mkasa wake, na yote aliyopambana nayo.

Ngoma ya safari ilipopigwa kwa amri ya yule mwanamke, lile jeshi lilianza safari. Hassan aliongozana na yule mama huku akikariri aya za sura za Qur'an Tukufu, wakati yule mama akimfariji na kumwambia asikate tamaa bali awe na subira. Hata hivyo, kichwa chake kilikuwa kimejaa mawazo chungu nzima.

Waliendelea na safari yao mpaka walipowasili kwenye Nchi ya Ndege. Walipoiingia, kwa Hassan ilionekana kana kwamba nchi nzima imepinduka kwa zile kelele! Kichwa kilimwuma, akili zikamruka, macho yakawa giza, na masikio yakamziba. Aliingiwa na woga, akaona anakabili kifo, akasema, "Kama hii ndiyo Nchi ya Ndege, hiyo Nchi ya Wanyamapori nayo itakuwaje?"

Shewahi alipomwona yumo katika ile hali, alimcheka, akisema, "Mwanangu, kama hivyo ndivyo ulivyo wakati tulipowasili kwenye kisiwa cha kwanza, mambo yatakuwaje utakapofika kwenye hivyo vingine?"

Basi Hassan alimwomba Mwenyezi Mungu Amwepushe maovu na mabaya, na afanikiwe na lengo lake. Waliendelea mpaka wakaipita ile Nchi ya Ndege, ile ya Wanyamamwitu, wakafika ile Nchi ya Majini, ambayo Hassan alipoiona, alitishika sana, akajuta kuiingia! Lakini alimwamini Mola, kwani Mwamini Mungu si mtovu.

Aliendelea nao mpaka wakatoka katika ile nchi ya majini wakafika kwenye ule mto, ambako walisimama ukingoni, wakapumzika, wakala, wakanywa, wakalala salama salimini. Sasa walikuwa wameshafika katika ile nchi.

Asubuhi ya pili yule mwanamke alimkalisha Hassan kwenye *jasi* lililonakshiwa kwa lulu na johari zenye dhahabu nyekundu, akamkalisha pale ukingoni, akawaambia wale watoto wa kike wanajeshi waje mbele ya hema lake, wavue nguo zao, waingie mtoni, waoge. Alifanya hivyo ili kumwonyesha Hassan wale wasichana, awatazame kwa makini. Kama mke wake yumo kati yao, alifikiri, atamtambua.

Hivyo basi, lile jeshi zima la kike lilikusanyika mbele ya yule mwanamke, likavua nguo, likaingia mtoni – kundi kwa kundi –

Hassan akiwaangalia wakioga na kufurahi mle majini bila kumjali, wakidhani ni mmoja wa mabinti wa mfalme!

Walipomaliza kuoga, walitoka majini wakiwa uchi wa mnyama. Yule mwanamke alimhoji Hassan kama mke wake alikuwamo katika wale wasichana. Lakini Hassan alisema hakuwamo. Mwisho, alitokea mwanamke mwingine akiongozwa na kundi la wajakazi na wasimamizi thelathini wa kike, wote wakiwa wa kuvutia. Wote nao walivua nguo, wakaingia mtoni, yule aliyekuwa akiongozwa akiwachezea wenzake, na kuwaangusha majini, baada ya muda alitoka mle majini, akakaa chini, akatoa kitambaa cha hariri kilichonakshiwa kwa nyuzi za dhahabu, akajipangusa nacho. Halafu wale wajakazi wake walimletea nguo zake na johari zilizotengenezwa vizuri na majini, akazivaa, akanyanyuka. Aliwatembelea wale wanajeshi huku akisindikizwa na wale wajakazi na wasimamizi wake.

Hassan alipomwona, moyo ulimruka, akatamka, "Hakika, msichana yule amefanana kabisa na wale waliogeuka kuwa ndege niliowaona wakati nilipokuwa juu ya kasri la dada zangu mabinti mfalme; na vitendo vyake kwa wenzake ni sawa kabisa na vile vya mke wangu!"

"Ewe Hassan," alisema yule mwanamke, "je, huyu ndiye mke wako?"

"La, Seyyidati," alijibu, "si mke wangu, wala sijawahi kumwona. Walakini, katika wasichana wote niliowaona katika visiwa hivi, hakuna anayefanana na mke wangu, wala wa kuweza kulinganishwa naye kwa uzuri wala kwa umbo!"

"Hebu nieleze alivyo," alisema Shewahi, "ili niwe na taswira yake kichwani kwani, nikiwa jemadari wa wanajeshi wote wa kike, namjua takriban kila msichana katika visiwa hivi. Kwa hiyo, ukinieleza alivyo, nitamjua na nitajaribu kukusaidia kumpata."

"Mke wangu," alisema Hassan, "ni mzuri wa sura kupita kiasi, mzuri wa kauli, na mzuri wa kuvutia kwa lebasi. Ana umbo zuri, mashavu mekundu, matiti yaliyomsimama kama makomamanga yaliyoiva, macho makubwa meusi, meno meupe, na midomo miekundu. Uso wake unang'aa mithili ya mwezi mpevu wa usiku wa kumi na tano, kiuno chake ni chembamba, na matako yake ni ya mviringo."

"Nieleze wazi zaidi," aliuliza Shewahi.

"Mke wangu ana uso wa kuvutia," aliongeza Hassan, "mashavu mawili kama maua ya waridi, shingo ndefu, macho yaliyolegea, na meno yang'aayo kinywani mwake. Na ni mzuri wa tabia."

Shewahi aliinamisha kichwa kwa muda, halafu alikinyanyua, akasema, "Mwenyezi Mungu Asifiwe! Nakuogopea Hassan! Kheri ningejua mapema! Huyo mwanamke unayenieleza kuwa ndiye mkeo, namtambua kwa kufuatana na hayo maelezo yako. Si mwingine isipokuwa binti mkubwa wa mfalme mkuu, na ndiye anayevitawala Visiwa vyote vya Waq! Kwa hiyo, fungua macho, na ulifikirie jambo hili. Kama ulikuwa umelala, sasa amka, kwani kama huyo mwanamke ndiye mkeo, haiwezekani kabisa! Hata kama ungempata, hutaweza kumfikia, kwani umbali wa huko aliko ni sawa na umbali wa ardhi mpaka mbingu! Hivyo basi, mwanangu, rejea ulikotoka; usijitie katika hatari ukaniponzea na mimi tukapoteza maisha." Na hakika, Shewahi aliyaogopea maisha yake.

Aliposikia maneno yake, Hassan alilia, akazirai. Yule mama alimnyunyizia maji usoni mpaka alipopata fahamu. Kusema kweli, Hassan alikata tamaa, akamwambia yule mwanamke, "Seyyidati, ninawezaje kurejea baada ya kufika hapa? Sikudhani utaniacha, wala sikutazamia kuwa hutanisaidia kufikia lengo langu, hasa wewe ukiwa ni mkuu wa jeshi la kike."

"Mwanangu," alijibu Shewahi, "sina shaka kuwa mkeo ni msichana mkuu wa wasichana. Ningejua kuwa ni binti mkubwa wa mfalme, nisingekusumbua kuja hapa, wala nisingekuonyesha wale wasichana. Lakini sasa, mwanangu, umewaona wasichana wote wakiwa uchi. Niambie ni yupi kati yao aliyekupendeza na nitakupa badala ya mke wako; na mkeo na wanao uwafikirie kama wamekufa, umchukue huyo msichana mpya, urejee naye kwenu salama salimini. Ukiingia mikononi mwa malkia, sitakuwa na njia yoyote ya kukuokoa. Kwa hiyo, nakusihi, kwa jina la Mwenyezi Mungu, unisikilize: mchague msichana mmoja kati ya wasichana hawa, uende naye ama sivyo utajitia katika hatari kubwa ambayo hakuna yeyote atakayeweza kukusaidia!"

Hassan alizirai tena, na yule mwanamke alimnyunyizia tena maji ya usoni mpaka akapata nafuu, akamwambia, "Mwanangu, nikikupeleka jijini, maisha yako na yangu yatakwisha, kwani malkia akijua, atanilaumu kwa kukuleta katika visiwa vyake ambako bado mwanadamu hajawahi kufika. Hapo ataniua kwa wewe kuandamana nami, na kwa kukufanya uwaone uchi wale wasichana ambao bado hawana waume wala hawajaguswa na yeyote."

Hassan aliapa kuwa hakuwatazama wale watoto wa kike kwa nia mbaya au kwa madharau. Hata hivyo, yule mwanamke aliendelea kusisitiza kwa kusema, "Mwanangu, sikiliza: rudi kwenu nami nitakupa msichana mzuri kuliko wote, pamoja na utajiri ambao utakutosha na wanawake wote duniani, huo ukiwa ni ushauri wangu mzuri."

Hassan alimwangukia yule mama, akayapangusa mashavu yake miguuni pake, akamwambia, "Seyyidati, ninawezaje kurejea bila kuwaona wale niwapendao baada ya safari ndefu yote niliyoifanya mpaka nikafika hapa karibu yao, nikiwa na matumaini ya kukutana nao?"

Kauli hii ilimtia huruma yule mama, akamwendea, akamfariji, akimwambia, "Usivunjike moyo, Inshaallah, nitajaribu kukusaidia kadiri ya uwezo wangu mpaka hapo utakapofanikiwa au nitakapoangamia!"

Kwa kauli hiyo, moyo ulimtulia Hassan, akakaa, akaanza kuongea na yule mwanamke siku nzima, mpaka wale watoto wa kike wanajeshi walipotawanyika, wengine wakiingia makwao jijini, na wengine wakiupitisha ule usiku mahemani mwao.

Yule mwanamke alimchukua Hassan jijini, akamweka peke yake mahali ili asionekane na mtu, akaenda akamweleza malkia. Alijua kuwa malkia akijua, angemwua na angemwua yule aliyemleta. Kwa kuwa hakutaka ajulikane na mtu, alimhudumia yeye mwenyewe huku akimweleza ukali wa mfalme, baba wa mke wake. Hassan hakushawishika na vitisho vyovyote, akamwambia, "Seyyidati, ni kheri nife kuliko kutengana na mke wangu na wanangu. Hakuna lolote litakalonizuia nisiwatafute!"

Yule mwanamke alikaa, akatafakari namna ya kumwunganisha Hassan na mke wake na wanawe akijua kuwa tayari amekabili mashaka mengi, na kwamba aslan hayuko tayari hata kidogo kurudi kwao bila ahali yake. Watu hunena: mwenye kupenda, hasikii maneno ya mtu ambaye bado hajapenda!

Jina la malkia aliyetawala kile kisiwa walichokuwako, lilikuwa ni Nuur al-Huda, binti mkubwa wa mfalme mkuu aliyetawala visiwa na nchi inayojulikana kwa jina la Waq. Malkia huyu alikuwa na dada sita walioishi na baba yao katika makao makuu ya Waq. Shewahi ndiye aliyewalea mabinti wote wa mfalme. Kwa hiyo, aliheshimiwa na mabinti hao pamoja na mfalme baba yao. Hivyo basi, lolote alilolitaka, lilikubaliwa nao. Kwa hiyo, alipoona jinsi Hassan alivyokuwa na hamu ya kuipata ahali yake, alielekea kwenye kasri, akamwendea malkia. Alipowasili, aliibusu ardhi iliyo mbele yake. Nuur al-Huda alimnyanyua, akamkumbatia, akamkalisha karibu yake, akamwuliza juu ya safari yake. "Wallahi, Seyyidati," alijibu Shewahi, "ilikuwa safari njema na nimekuletea zawadi ambayo nitaiweka mbele yako. Zaidi ya hiyo, binti yangu, malkia wa karne hii, ni jambo ninalotaka kukueleza ili upate kunisaidia nilipate. Lakini sitakwambia mpaka kwanza uniahidi kuwa utanitekelezea."

"Ni kitu gani hicho unachokitaka," aliuliza malkia Nuur al-Huda. "Niambie nami nitakutimizia, kwani mimi na ufalme wangu na wanajeshi wangu wote tuko chini ya amri yako!"

Akitetemeka kwa kumwogopa malkia, yule mwanamke, kimoyomoyo, alimwomba Mola wake Amsalimishe, akisema, "Ewe Mlinzi wa viumbe vyote, nilinde dhidi ya hasira za malkia huyu!" Halafu alijitupa miguuni pa malkia, akamsimulia kisa cha Hassan, akisema, "Seyyidati, mwanamume mmoja aliyejificha chini ya sanduku nililolikalia ufukweni, ameniomba nimsalimishe, nimemchukua na kumlinda, nikamvisha nguo za kijeshi, nikampa na silaha ili asitambulikane, nikaja naye mpaka hapa, nikimwogopea hasira zako, nikijua nguvu zako. Kila nilipomwonya, alilia akisema hawezi kurudi kwao mpaka ampate mke wake na wanawe au afe. Hakika amekumbana na masaibu mengi mpaka amefika katika Visiwa vya Waq. Kusema kweli, bado sijaona kiumbe mwenye moyo thabiti, na shujaa kama yeye."

Nuur al-Huda aliposikia vile, aliinamisha kichwa kwa hasira. Baada ya muda, alikiinua, akamtazama Shewahi, akamwambia, "Ewe ajuza mwenye laana, umefikia kiwango cha kuthubutu kuwabeba wanaume wanadamu na kuwaleta kwenye Visiwa vya Waq bila kunijali mimi? Nani amekupa ruhusa ya kuchukua jukumu hilo?

Kwa jina la mfalme baba yangu, kama si ile kauli yako ya awali ya kuniomba msamaha, wewe na huyo mwanamume ningewaua vibaya ili kifo chake kiwe onyo kwa wasafiri wengine, ewe ajuza we mwenye laana! Sasa nenda mara moja ukamlete hapa mbele yangu nimwone, ama sivyo nitakukata kichwa mara moja!"

Shewahi alitoka haraka mle bila kujua litakalotokea, akisema, "Balaa lote hili linatokana na Hassan!" Huku akimwendea. Alipofika, alimwambia, "Ewe, ambaye siku zako zimekwisha, twende ukaonane na malkia useme naye!"

Hassan alinyanyuka, akaongozana naye bila kuchoka kumwomba Mwenyezi Mungu Amsalimishe, akisema, "Ewe Mola wangu, nionee huruma unisalimishe katika mabaya yote ninayokabili!"

Wakati wakienda, Shewahi alimfundisha namna ya kusema na malkia; na aliposimama mbele ya Nuur al-Huda, alimwona amejifunika ushungi. Aliibusu sakafu iliyokuwa miguuni pake, akamsalimu. Nuur al-Huda alimwamrisha Shewahi amhoji mbele yake ili asikie atakavyojibu. Shewahi alimwuliza Hassan, "Malkia ameitikia salamu zako na anakusalimu na wewe, na anakuuliza jina lako, jina la nchi unayotoka, na jina la mkeo na wanao, na kwa nini umekuja huku?"

"Ewe malkia wa nyakati hizi," alijibu Hassan huku akikaza moyo wake, na Mwenyezi Mungu Akimsaidia, "jina langu ni Hassan mjaa huzuni, na jina la jiji ninalotoka ni Basrah. Sijui jina la mke wangu, lakini majina ya wanangu ni Naasir na Mansuur."

Malkia aliposikia jibu lake, yeye mwenyewe alimwuliza, "Je, mkeo aliwachukua wanao kutoka wapi?"

"Seyyidati," alijibu, "aliwachukua Baghdad kutoka katika kasri la Khalifa."

"Je, alikwambia huko anakokwenda?" Aliuliza tena malkia.

"Ndiyo," alijibu Hassan, "alimwambia mama yangu: 'mwanao atakaporudi, na siku za kutengana kwetu zikiwa ndefu kwake, na atatamani kukutana na kuungana nami tena kwa sababu bado ana mapenzi nami, anifuate huko kwenye Visiwa vya Waq.'"

"Ewe malkia wa wafalme na maskini," alijibu Hassan kwa unyenyekevu mkubwa, "bila kukuficha, nimekwambia yote yale yaliyotokea, na nakusihi kwa jina la Mwenyezi Mungu, usinitese bali nionee huruma upate thawabu za Mwenyezi Mungu kwa kunisaidia kumpata mke wangu na wanangu." Alipomaliza kutamka hayo, machozi yaliyokuwa yakimlengalenga machoni, yalimtiririka.

Hassan Amepiga Magoti Mbele ya Nuur Al-Huda

Malkia alitingisha kichwa, akamwambia, "Alitaka tu kama bado unampenda, na unataka kukutana naye umfuate, lakini hakumwambia mama yako wala wewe huko mahali anakoishi."

Nuur al-Huda aliinamisha kichwa kwa kufikiri kwa muda. Alipokinyanyua, alimwambia Hassan kwa hasira, "Nakuonea huruma; kwa hiyo, nimekata shauri kukuonyesha wasichana wote wa jiji hili na walioko katika mkoa huu na visiwani pia. Ukimtambua mkeo, nitakupa; lakini kama hukumtambua na kujua aliko, nitakuua na kukusulubu mlangoni pa Shewahi!"

"Nakubali sharti lako, ewe malkia mkuu," alijibu Hassan. "Hakuna mwenye uwezo na mwenye nguvu isipokuwa Mwenyezi Mungu tu."

Mara ileile Nuur al-Huda alimwamrisha Shewahi aende akawakusanye wasichana wote wa jijini awalete kwenye kasri lake.

Basi wasichana wote, wakiongozana, waliwasili mbele ya malkia, akawaambia waende wakapite mbele ya Hassan. Mamia ya wasichana wa kila namna walipita mpaka wote walipokwisha. Malkia akamwuliza, "Je, umemwona mkeo kati ya wale wasichana?"

"La, Seyyidati," alijibu Hassan. "Hakuwamo katika wale wasichana."

Malkia aliposikia vile, alimkasirikia, akamwambia Shewahi, "Nenda humu ndani ya kasri langu uwatoe wasichana wote waliomo, umwonyeshe."

Hassan alionyeshwa wote, lakini hakumwona mke wake na akamwambia hivyo malkia.

Malkia alipandisha hasira, akawapigia kelele wale waliomzunguka, akiwaambia, "Mchukueni na mkokoteni uso chini, mkamkate kichwa ili mwingine yeyote asithubutu kuingia katika nchi yetu na kuikanyaga ardhi ya visiwa vyetu kuja kufanya ujasusi!"

Mara ileile Hassan alivamiwa, akabwagwa chini uso sakafuni, wakamfunika uso kwa shuka, wakamsimamia kichwani wakiwa na panga wazi mikononi wakisubiri amri ya malkia.

Shewahi alitokea mbele, akaibusu sakafu iliyokuwa mbele ya malkia, akashika upindo wa vazi alilolivaa malkia, akaliweka kichwani, akasema, "Ewe malkia mtukufu, kwa heshima ya ule ulezi niliokulea, usimfanyie haraka hivyo, tukijua kuwa yeye ni mgeni ambaye tayari ameshakabili mashaka mengi kuliko mtu mwingine yeyote mpaka Mwenyezi Mungu Akamfikisha hapa. Yeye alisikia wema wako na haki unayoitekeleza ndiyo maana aliingia katika jiji lako. Kwa hiyo, ukimwua, habari itavumishwa ng'ambo na wasafiri kuwa wewe unawachukia na kuwaua wageni wanaofika katika milki yako. Kwa kila ilivyo, yeye yumo mikononi mwako, na kama hakumpata mke wake anayemtafuta katika milki yako, unaweza kumwua wakati wowote.

"Kwa hakika mimi nilimweka chini ya ulinzi wangu kwa sababu ya kujua ukarimu wako, kwani ni mimi ndiye niliyekulea. Nilijua utamtendea haki kwa kumtekelezea matakwa yake. Zaidi ya hayo, ameingia katika nchi yetu, na amekula maakuli yetu. Kwa hiyo, ni wajibu wetu kumsaidia kama nilivyomwahidi kuwa nitamfikisha mbele yako. Kama ijulikanavyo, kutengana na umpendaye, hasa watoto, ni jambo gumu sana. Sasa ameshaona wanawake wetu wote isipokuwa wewe tu. Nakusihi, tafadhali, mwonyeshe uso wako."

Malkia alitabasamu, akasema, "Anawezaje kuwa mume wangu niliyezaa naye hata astahili kuuona uso wangu?"

Nuur al-Huda aliamrisha Hassan akaletwe tena mara moja. Alipofikishwa mbele yake, malkia aliondoa ushungi. Hassan alipomwona, alipiga kelele, akazirai, akaanguka chini! Shewahi alimkimbilia, akamhudumia mpaka alipopata fahamu. Hassan aliponyanyuka, aliulizwa na Shewahi aliyekuwa akimhudumia ni kitu gani alichokuwa nacho. Hassan alijibu, "Huyu malkia ama ni mke wangu ama ni wa ukoo wa mke wangu!"

Nuur al-Huda alimwambia Shewahi, "Huyu mgeni ama ana wazimu ama akili zake hazimtoshi, kwani ananikodolea macho na kudai kuwa mimi ni mke wake!"

"Ewe malkia," alijibu Shewahi, "Usimlaumu huyu mgeni; kumbuka methali isemayo: 'Mwenye ugonjwa wa mapenzi hana matibabu; ni sawa na mwenye kichaa!'"

Nuur al-Huda alicheka, akamwambia Hassan, "Tumia muda unikodolee macho. Ukishachoka kuniangalia na utakapoachana na hicho kichaa ulicho nacho, unijibu yale nitakayokuuliza."

"Ewe malkia wa wafalme na mlinzi wa matajiri na maskini," alijibu Hassan, "nilipokuona, nilifikiri wewe ama ni mke wangu ama umefanana naye ukiwa ni mmoja wa ukoo wake. Tafadhali, niulize sasa yale unayotaka kuniuliza."

"Niambie" aliuliza Nuur al-Huda, "ni kitu gani alicho nacho mkeo kinachofanana nami?"

"Seyyidati," alijibu Hassan, "uzuri wote huo ulio nao toka wa sura, wa umbo, na wa matamshi, yote hayo yamefanana na ya mke wangu."

Malkia aliposikia maneno yale, alitabasamu, akafurahishwa na zile sifa, mashavu yakambadilika rangi yakawa mekundu. Halafu alimgeukia Shewahi, akamwambia, "Ewe mama yangu mlezi, mchukue uende naye kule alikokuwa nawe, umtunze huko mpaka nitakapolifikiria shauri lake. Kama kweli yeye ni mwema wa thamani, inatupasa kumsaidia. Utakapompeleka kwako, mwache kwa watumishi wako na wewe urudi upesi hapa kwangu; natumaini mambo yote yatakuwa mazuri."

Baada ya kumfikisha kwake na kuwaamrisha wafanyakazi wake wamhudumie Hassan vilivyo, Shewahi alirejea upesi kwa malkia Nuur al- Huda aliyemwamrisha avae mavazi yake ya kijeshi, aongozane na wanajeshi elfu moja wapanda farasi hadi kwa mfalme baba yake. Huko aende kwa mdogo wake wa kike aitwaye Minar as Sana, amwambie, 'Wavalishe wanao wawili yale makoti waliyoshonewa na mama yao mkubwa, halafu uwapeleke kwake, kwani ana hamu sana ya kuwaona baada ya kutowaona kwa muda mrefu.' Zaidi ya hayo, malkia alimwambia asimwambie lolote juu ya kuwasili kwa Hassan isipokuwa tu kuwa dada yako anakualika.

"Halafu," aliendelea Nuur al-Huda, "uwachukue watoto uniletee haraka na mama yao afuate baadae. Wewe uje na watoto kwa njia tofauti na mama yao, usafiri nao usiku na mchana. Usimwambie yeyote juu ya jambo hili. Naapa kuwa, kama dada yangu atakuwa ndiye mkewe, sitamzuia kumchukua na kwenda naye kwao bali nitamsaidia. Lakini kama hatakuwa mke wake, nitamwua. Na kama watoto watafanana naye, tutamwamini. Nionavyo, dada yangu Minar as Sana ndiye mke wake kwani, kama alivyoeleza, nimefanana naye; Mwenyezi Mungu ndiye Ajuaye."

Shewahi aliiamini kauli yake lakini hakujua lililo moyoni mwa malkia na hatua anayokusudia kuichukua. Alimbusu mkono, akarejea kwa Hassan, akamwarifu yale aliyosema malkia. Hassan alifurahi sana kusikia lile kusudio la malkia. Alimwendea Shewahi, akambusu kichwa.

"Mwanangu," alitamka Shewahi, "usivunjike moyo bali uwe na moyo thabiti. Inshaallah matakwa yako yatatekelezeka kutokana na jitihada zangu."

Alipotamka maneno hayo, Shewahi alimuaga Hassan, akatoka, akaenda kutekeleza ile amri ya malkia Nuur al-Huda kwa kuvalia kijeshi na kukusanya wapanda farasi elfu moja wanajeshi, akasafiri nao mpaka alipofika kwenye jiji alikoishi binti mfalme Minar as Sana.

Mfalme wa ile nchi alikuwa na mabinti saba wote wakiwa wa baba na mama mmoja isipokuwa mdogo wao. Mkubwa aliitwa Nuur al Huda aliyetawala kule, wa pili Najm as Sabah, wa tatu Shams adh Dhuha, wa nne Shajarat ad Durr, wa tano Kout al Quloub, wa sita Sharef el Banat, na yule mdogo wao wa mama tofauti, ambaye ni mke wa Hassan, aliitwa Minar as Sana.

Shewahi alipowasili kwenye lile jiji, moja kwa moja alikwenda mpaka kwa binti mfalme Minar as Sana. Baada ya kumwamkia, alimpa salamu za dada yake na yale maagizo yake ya kutamani kumwona yeye na wanawe, akilalamika kuwa hamtembelei.

"Hakika sikutimiza wajibu wangu kwa dada yangu!" Alitamka Minar as Sana, akiongeza, "lakini, Inshaallah, nitafanya hivyo sasa." Basi alikusanya zawadi kwa ajili ya dada yake, akakita mahema yake ya safari nje ya jiji, akijitayarisha kwa safari yake.

Mfalme baba yake aliposimama kwenye roshani ya kasri lake na kuyaona yale mahema, aliuliza ni ya nani, akajibiwa kuwa ni ya binti mfalme Minar as Sana, akikusudia kumtembelea dada yake malkia Nuur al- Huda.

Mfalme aliposikia vile, aliamrisha jeshi la kumsindikiza litayarishwe. Alimshehenezea kila alichokihitaji kwa ile safari yake. Shewahi alitokea, akaibusu sakafu mbele ya malkia, na Minar as Sana alimwuliza, "Je, unahitaji chochote mama yangu?" "La," alijibu Shewahi, "Dada yako, malkia Nuur al Huda, anataka uwavishe wanao yale makoti mawili aliyowashonea, halafu unikabidhi mimi nitangulie nao, na wewe utufuate baadaye."

Minar as Sana aliposikia maneno yale, alibadilika rangi ya uso, akainamisha kichwa kwa muda, akakiinua, akakitingisha, akamtazama yule mwanamke, akamwambia, "Ewe mama yangu, unapowataja wanangu, naingiwa na wasiwasi, kwani toka kuzaliwa kwao hakuna yeyote aliyeona nyuso zao: si wanadamu wala majini."

"Maneno gani hayo, binti yangu!" Alijibu Shewahi. "Unawaogopea dada yako? Mola Apishe mbali! Dadako akisikia hayo atakukasirikia sana. Najua kuwa wanao bado ni wadogo, na una haki ya kuwaogopea. Lakini awapendaye hawezi kuwa na uovu nao. Mintaarafu mimi, binti yangu, unajua jinsi nilivyowalea kwa wema na ukarimu. Bila shaka yoyote wanao nitawatendea yale niliyowatendea nyinyi. Nitawachukua na kuwalinda na kuwatunza; mashavu yangu yakiwa ndiyo mito yao ya kulalia! Kwa hiyo, usiwe na wasiwasi; uwe na moyo safi na mwenye furaha, acha nitangulie nao niwapeleke kwa dadiyo." Aliendelea kumsemesha na kumshawishi mpaka Minar as Sana akakubali bila kujua yajayo, kwani aliogopa hasira za dada yake alizozijua.

Basi aliwaita, akawaogesha, akawabadili nguo, halafu akawavisha yale makoti, akamkabidhi Shewahi aliyekwenda nao haraka kwa kupitia njia nyingine kuliko ile aliyofuata mama yao. Hakusimama nao mpaka alipofika kwenye jiji la mama yao mkubwa. Alivuka mto, akaingia jijini, akafululiza moja kwa moja mpaka kwa Nuur al Huda. Malkia alipowaona, alifurahi akawakumbatia mmoja mmoja, halafu, kila mmoja wao alimkalisha kwenye goti lake moja, akamwambia yule mwanamke, "Haya, sasa nenda ukaniletee Hassan."

"Kama nikikuletea, utamwunganisha na hawa wanawe? Na kama hawakuwa wanawe, utamsamehe na kumrudisha kwao?" Aliuliza Shewahi.

Malkia alikasirishwa na kauli ile, akamwambia "Ondoka we ajuza! Mpaka lini utaendelea kutueleza mambo ya huyu mgeni ambaye amethubutu kuingia katika nchi yetu, akajua siri zetu? Unafikiri baada ya kuingia kwa urahisi katika nchi yetu na kuona nyuso zetu na kutuvunjia heshima kwa madai yake, halafu atarejea kwenda kutoa siri zetu tusemwe na walimwengu kuwa mwanadamu mmoja ameingia katika nchi ya Waq, akafika katika Nchi ya Majini, Nchi ya Wanyamapori na Nchi ya Ndege, halafu akarejea salama? Naapa kwa jina la Muumba mbingu na ardhi kuwa hilo haliwezekani kabisa! Kama hao watoto hawatakuwa wake, hakika, nitamwua kwa kumkata kichwa kwa mkono wangu mwenyewe!"

Alimfokea yule mwanamke ambaye, kwa woga, alianguka chini. Malkia alimwamrisha mtumishi aliyemsimamia, akamwambia, "Ongozana na watumwa ishirini, na huyu ajuza, ukaniletee yule mtu aliye katika nyumba yake!"

Waliongozana na Shewahi aliyekuwa amepauka sura kwa woga huku akitetemeka, mpaka wakafika kwenye nyumba yake. Hassan alinyanyuka, akamwamkia Shewahi, akambusu mikono.

Shewahi alimwitika, akamwambia, "Twende ukaonane na malkia. Je, sikukuonya mapema kwa kukwambia urejee kwenu na kwamba nitakupa msichana yeyote mzuri utakayemchagua? Lakini wewe hukunisikiliza; ukaona ni kheri uchague maangamizi yako; haya, sasa twende ukakabili kifo."

Hassan alinyanyuka huku amevunjika moyo na kujaa woga, akaomba, "Ewe Mwenyezi Mungu wangu Mwenye kila uwezo, nionee huruma!"

Baada ya kutamka maneno hayo, alinyanyuka, akamfuata yule mwanamke na yule aliyeongozana naye, pamoja na wale walinzi mpaka walipomfikisha mbele ya malkia alikowaona wale wanawe wawili Naasir na Mansuur wakimkalia malkia mapajani, huku malkia akicheza nao.

Mara tu alipowaona wanawe, Hassan aliwatambua, akapaza sauti, akaanguka chini kwa furaha. Wanawe nao walimtambua baba yao, wakaondoka mapajani pa malkia, wakamkimbilia Hassan; kwa uwezo wa Mwenyezi Mungu, wakatamka, "Baba yetu!"

Yule mwanamke na wote waliokuwa hadhirina walishindwa kujizuia kulia kwa kuona ile hali ya kimapenzi iliyokuwako pale, wakasema, "Mwenyezi Mungu Aliyewaunganisha na baba yao Asifiwe!"

Hassan aliporudiwa na fahamu, aliwakumbatia wanawe, akalia mpaka akapotewa tena na fahamu. Alipopata fahamu tena, alikariri sura fulani ya Qur'an Tukufu ya kumshukuru Mwenyezi Mungu.

Sasa Nuur al-Huda alithibitisha kuwa wale watoto kweli ni wa Hassan na dada yake, Minar as Sana ni mke wake aliyekuwa akimtafuta. Jambo hili lilimghadhibisha sana, akamlaumu Hassan, akamfokea kwa chuki, akampiga makonde ya kifuani mpaka akaanguka chini akazimia! Nuur al-Huda alimpigia kelele, akisema, "Nyanyuka ukimbie, uyaokoe maisha yako kwani nilikwishaapa kuwa sitakudhuru kama madai yako yatakuwa ya kweli!"

Halafu alimfokea Shewahi ambaye, wakati huo, alikuwa ameanguka uso sakafuni kwa woga, akamwambia naye, "Wallahi, kama siogopi kukivunja kile kiapo nilichokiapa, nyote wawili ningewaua kifo kibaya!" Halafu alimgeukia Hassan akamwambia, "Nyanyuka uondoke mbele yangu, urejee kwenu ulikotoka! Nikikuona tena au ukiletwa tena mbele yangu, nitakukata kichwa

– wewe na huyo atakayekuleta!" Halafu aliwapigia kelele maamiri wake waliokuwako pale, akisema, "Mwondoeni mbele yangu!"

Hassan alipotolewa nje, alianguka tena chini akazirai; alipopata fahamu, alijikuta yuko nje ya lile kasri. Hili lilikuwa jambo baya sana kwa Shewahi; aslan hakutaka kumwambia lolote malkia akiogopa hasira zake. Hassan alinyanyuka huku akimshukuru Mola kwa kuokoka kwake mikononi mwa Nuur al-Huda, akaanza kutembea bila kujua alikokuwa akielekea. Ulimwengu mzima na upana wake wote, hakukuwa na mtu wa kumfariji wala wa kumwendea. Alijiona kama amepotea; hakuwa na njia, wala na ujuzi, wala na mtu wa kurejea naye kwao kupitia kote kule alikopita. Alikuwa na huzuni na masikitiko makubwa. Akaanza kuwafikiria wanawe na mke wake na lile ambalo wangeweza kutendwa na yule malkia. Akaanza kujuta kuja katika sehemu ile ya ulimwengu kusikojulikana. Aliendelea kutembea mpaka alipofika nje ya jiji kulikokuwa na mto. Aliendelea kutembea bila kujua alikokuwa akielekea.

Tukirudi kwa Minar as Sana, mke wa Hassan, wakati alipokuwa akijitayarisha kwa ile safari, siku ya pili baada ya kuondoka kwa yule mwanamke na wale wanawe, alijiwa na mmoja wa watumishi wa mfalme baba yake, akaibusu sakafu miguuni pake, akamwambia, "Ewe binti mfalme, mfalme baba yako anakusalimu, na baada ya salamu, anataka kuonana nawe."

Minar as Sana alinyanyuka, akaongozana na yule mhudumu mpaka kwa baba yake aliyemkaribisha aketi karibu yake, halafu akamwambia, "Binti yangu, nataka kukuarifu kuwa jana usiku niliota ndoto mbaya iliyonifanya nikuogopee kwani katika ndoto hiyo niliota kuwa utapatikana na mashaka mengi katika safari hii."

"Uliona nini katika ndoto hiyo, baba?" Aliuliza binti yake.

"Niliota niliingia katika hazina iliyofichika ambamo mlikuwa na vito na utajiri mwingi. Vyote hivyo havikunivutia isipokuwa vito saba vilivyokuwa vizuri zaidi kuliko vyote. Nilichagua kimoja kati ya vile saba kilichokuwa kidogo na kizuri zaidi kuliko vile vingine kwani uzuri wake ulinivutia zaidi. Basi nilikichukua nikaenda nacho. Nilipofika nacho penye mlango wa ile hazina, nilifumbua mkono na kukiangalia kile kito na kukifurahia. Ghafla, kutoka angani, nilishukiwa na ndege wa aina ya kigeni, akakinyakua kile kito kutoka mkononi mwangu, akatoweka nacho kule alikotoka!

Nilihuzunika na kukasirika sana, nikaamka huku nikisikitika na kuomboleza kwa kukipoteza kile kito. Mara ileile niliwaita watabiri na wafasiri wa ndoto, nikawaeleza ile ndoto yangu, wakaniambia, 'Una mabinti saba; kati yao utampoteza mdogo wao na atachukuliwa kwa nguvu bila idhini yako.' Sasa wewe ndiye mdogo na nimpendaye zaidi kuliko wale dada zako wengine; na sasa uko tayari kusafiri kwenda kwa dada yako, na sijui utapatikana na nini huko kwake. Kwa hiyo, nakusihi, usiende; rudi kwako."

Binti mfalme aliposikia maneno ya baba yake, moyo ulimpiga konde, akawaogopea wale wanawe, akainamisha kichwa chini kwa muda. Alipokinyanyua, alisema, "Seyyid yangu, dada yangu malkia Nuur al-Huda amenitayarishia sherehe ya kunikaribisha, kwani hajaniona kwa muda wa miaka minne; na kama nikichelewa kumtembelea, atanikasirikia. Baada ya kukaa naye kwa muda wa mwezi mmoja, nitarejea kwako. Zaidi ya hayo, ni nani awezaye kuingia katika nchi yetu mpaka akafika kwenye Visiwa vya Waq? Ni nani awezaye kupita salama Nchi ya Ndege na Nchi ya Wanyamamwitu na Nchi ya Majini, akaingia katika visiwa vyetu? Kama kuna mgeni yeyote, angekufa maji katika Bahari ya Maangamizi. Kwa hiyo, baba, usiwe na wasiwasi wowote wala usiniogopee kuhusu safari yangu hii. Hakuna yeyote anayeweza kuukanyaga ulimwengu wetu huu."

Aliendelea kumshawishi baba yake mpaka mfalme akamwacha aende, akitaka asindikizwe na wapanda farasi elfu moja mpaka atakapoingia katika jiji la dada yake. Aliwaamrisha wasirejee mpaka wahakikishe kuwa ameingia salama katika kasri la dada yake; na baada ya siku tatu tu, alisisitiza mfalme, warudi naye. Binti yake alikubali akisema amesikia na anatii amri yake, wakaagana, akaondoka.

Wakati alipokuwa njiani, yale aliyoambiwa na baba yake yalimwingia moyoni, akawa ana wasiwasi na kuwaogopea wanawe. Hata hivyo, alimwamini Mola, akaendelea na safari yake kwa muda wa siku tatu mpaka alipofika kwenye mto, wakakita mahema yao ukingoni kupumzika. Baada ya muda, aliuvuka ule mto akiongozana na wakuu wachache na wahudumu wake mpaka jijini, akawasili kwenye kasri la dada yake, akamwendea malkia Nuur al-Huda alikomkuta na wanawe wakilia, wakisema, "baba yetu!"

Aliposikia vile, machozi yalimtoka machoni, akalia, akawakumbatia wanawe, akisema, "Ni kitu gani kilichowafanya mumkumbuke baba yenu sasa? Kheri nisingeondoka kwake! Ningejua aliko sasa, ningewapeleka kwake!" Akalia na wanawe.

Dada yake alipomwona alivyowakumbatia wanawe, akisema "Ni mimi ndiye niyesababisha yote haya nikaiharibu nyumba yangu," hakumwamkia bali alitamka, "Ewe malaya mkubwa we! Umewapata wapi watoto hawa? Umeolewa bila idhini ya baba yako, au umefanya zinaa? Kama umefanya umalaya, unastahili kuadhibiwa. Na kama umeolewa bila sisi kujua, kwa nini basi umemwacha mumeo ukawatenganisha watoto na baba yao, ukawaleta huku? Ulituficha watoto ukidhani hatutajua. Mwenyezi Mungu Ajuaye siri zote, Ametufanya tujue siri yako, tukajua aibu yako!"

Mara ileile aliamrisha walinzi wake wamkamate, wamfunge mikono nyuma ya mgongo, na miguu yake kwa mnyororo. Halafu alimpiga vibaya mpaka ngozi ikamchubuka, akamning'iniza juu kwa kumfunga nywele zake, halafu akamtia korokoroni! Alipomaliza, alimwandikia mfalme baba yake barua akimtaarifu habari za mdogo wake, akisema, "Katika nchi yetu amefika mwanadamu kwa jina la Hassan, na dada yetu Minar as Sana amethibitisha kuwa ameolewa kihalali na mtu huyo, na kwamba amezaa naye watoto wawili wa kiume aliotuficha sisi na wewe. Hakutufunulia siri hiyo mpaka huyu mtu alipofika na kutuarifu kuwa amemwoa, na kwamba aliishi naye kitambo. Baadaye aliwachukua watoto akaondoka nao bila mume kujua, akimuaga mama yake mume, akimwambia kama anamtaka amfuate kwenye Visiwa vya Waq. Alipofika, tumemkamata, tukamtuma Shewahi kuja kumchukua yeye na wanawe, akiwatanguliza watoto. Shewahi alifanya hivyo wakati Minar as Sana akifuata nyuma kuja kunitembelea.

Watoto walipofikishwa mbele yangu, nilituma Hassan aletwe. Alipofika, aliwatambua na watoto nao walimtambua baba yao. Hapo nikahakikisha kuwa kweli ni wanawe, na kwamba dada yetu ni mke wake, na kwamba yale aliyotwambia ni ya kweli. Hivyo basi, yeye, Hassan, halaumiwi; lawama na aibu ni ya dada yetu. Sasa ametuaibisha mbele ya wakazi wa visiwa vyetu. Kwa hiyo, msaliti huyu alipofika mbele yangu, nilimkasirikia, nikamwadhibu, nikamtia korokoroni. Sasa nimekutaarifu juu ya aibu yake hiyo; lililobaki ni wewe kukata shauri na kutoa amri la kufanya. Ujue kuwa alilolifanya, litakapowafikia wananchi, litakuwa jambo la aibu na la kukuvunjia wewe heshima na kutuvunjia na sisi heshima. Kwa hiyo, tujibu upesi la kufanya."

Alipomaliza kuiandika barua, Nuur al-Huda alimkabidhi mjumbe ampelekee mfalme ambaye naye, alipoisoma, alimkasirikia sana Minar as Sana, akamjibu Nuur al-Huda, akimwandikia, "Nakukabidhi wewe hukumu yake mintaarafu maisha yake. Kama jambo lenyewe ni kama hivyo ulivyoniandikia, mwadhibu kifo bila kuniarifu mimi!"

Malkia alipoipokea na kuisoma ile barua ya baba yake, aliagiza Minar as Sana aletwe. Alifikishwa mbele yake huku amejaa damu mpaka kwenye nywele zake ndefu huku amefungwa mnyororo. Alisimamishwa mbele yake wakati ameinamisha kichwa chini. Alipoona ile hali mbaya ya kudhalilishwa vile, Minar as Sana alikumbuka jinsi alivyoishi awali, akalia.

Malkia aliagiza ngazi ya mbao iletwe. Ilipoletwa, aliwaamrisha matowashi wake wamfunge kimgongo huku amenyooshwa mikono, akamfunua kichwa, akazifunga nywele zake kwenye ile ngazi bila huruma yoyote.

Minar as Sana alipojikuta katika hali ile ya kudhalilishwa na kuteswa vile, alilia kwa uchungu mwingi lakini hakuna aliyemwonea huruma. Ndipo alipomwambia malkia, "Ah dada yangu, imekuwaje ukawa katili na mwenye roho mbaya hivyo dhidi yangu? Hunionei huruma mimi mdogo wako wala hawa watoto?"

Lakini maneno yake yalizidi kumghadhibisha dada yake aliyeongeza ukatili wake, akisema, "Ewe malaya we! Mola asikuonee huruma! Nikuonee huruma vipi, ewe msaliti?"

"Namwomba Mwenyezi Mungu," alijibu Minar as Sana "kwa hilo unalonisingizia ambalo si tendo la kosa nililolitenda! Kwa jina la Allah, mimi sikufanya jambo la umalaya, bali nimeolewa kihalali na mume wangu, na Mwenyezi Mungu ni shahidi yangu kuwa nisemalo ni la kweli! Moyo wangu una huzuni nawe sana kwa sababu ya moyo wako mgumu dhidi yangu! Unawezaje kusema kuwa mimi ni malaya bila wewe kujua yaliyotokea? Inshaallah Mwenyezi Mungu

Ataniokoa kutoka mikononi mwako; na kama hayo unayonisingizia ni ya kweli, basi Aniadhibu!"

"Unathubutuje kusema nami hivyo!" Alitamka Nuur al-Huda kwa hasira. Hapo akaanza kumpiga tena mpaka mdogo wake akazirai. Wasimamizi wake walimnyunyizia maji mpaka akapata fahamu. Alikuwa amebadilika sura kwa kudhalilishwa vile; akaanza kuimba kwa huzuni.

Nuur al-Huda aliposikia vile, ghadhabu zake ziliongezeka, akamwambia, "Ewe malaya unanisema kwa wimbo kwa kutafuta sababu ilhali umefanya maovu? Ilikuwa ni madhumuni yangu kuwa urejee kwa mumeo ili nithibitishe ubaya wa tabia yako mbaya."

Hapo akaagiza mjeledi, akakunja nguo mkononi, akamtandika mdogo wake toka kichwani mpaka miguuni. Halafu aliagiza fimbo yenye miba ambayo ingemwumiza hata tembo mkubwa na kumfanya akimbie! Akampiga nayo mgongoni na tumboni, na kwenye kila sehemu nyingine ya kiwiliwili mpaka mdogo wake akazimia.

Yule ajuza Shewahi alipoona vile, alikimbia kutoka mle ndani huku akilia na kumlaani malkia. Lakini Nuur al-Huda aliwapigia kelele walinzi wake, akiwaamrisha, "Kamrudisheni mniletee!"

Walimkimbilia, wakamshika, wakamrudisha ndani kwa malkia aliyeamrisha naye abwagwe chini! Malkia alinyanyuka, akauchukua ule mjeledi, akamtandika nao Shewahi mpaka naye alipozimia, ndipo alipowaamrisha wajakazi wake waliomsimamia, "Mburuzeni na huyu ajuza mwenye laana – uso chini! – mkamtupe huko nje!" Wakafanya kama walivyoamrishwa.

Wakati huo Hassan alikuwa akitembea kwenye ukingo wa mto kuelekea jangwani, akiwa amekata tamaa ya maisha. Alikuwa hatambui kama sasa ni mchana au ni usiku kwa yale mawazo na fikra zilizomjaa kichwani. Aliendelea kutembea mpaka akawafikia vijana wawili, watoto wa mchawi mmoja, ambao karibu yao palikuwa na mtarimbo mfupi wa shaba uliochorwa maneno fulani, na kofia ya ngozi yenye sanamu na maandishi. Wale vijana walikuwa wakibishana na kupigana mpaka wakatokwa damu, kila mmoja akisema yeye ndiye atakayerithi ule mtarimbo wa shaba. Hassan aliingilia kati, akawatenganisha, akawauliza, "Mna ugomvi gani, vijana?"

"Ammi," walimjibu, "hebu ingilia kati; bila shaka Mwenyezi Mungu Amekuleta utuamulie ugomvi wetu."

"Niambieni tatizo lenu," alitaka kujua Hassan, "nami nitawaamulia tatizo lenu."

Mmoja wao alimwambia, "Sisi ni ndugu; baba yetu, aliyekuwa mchawi mkubwa, aliishi katika pango lililo kwenye mlima ule. Amekufa na ametuachia kofia hii na mtarimbo huu wa shaba. Ndugu yangu huyu anasema kuwa yeye ndiye atakayeurithi mtarimbo huu, wakati mimi nikisema vivyo hivyo. Kwa hiyo, uwe hakimu utuamulie ugomvi wetu na kutuambia ni yupi kati yetu anayestahili kurithi mtarimbo huu."

"Kwani kuna tofauti gani baina ya hiyo kofia na huo mtarimbo, na vitu hivi vina thamani gani? Kwangu," aliongeza Hassan, "mtarimbo unaonekana una thamani ya sarafu sita, na hiyo kofia ina thamani ya sarafu tatu." Lakini wao walimjibu, "Ammi, wewe hujui uwezo wa vitu hivi." "Vina uwezo gani?" Hassan alitaka kujua. "Kila kimoja," walimwambia, "kina siri ya ajabu ya aina ya pekee. Kwa mfano, mtarimbo una thamani zaidi ya Visiwa vya Waq pamoja na majimbo yote ya ufalme huu."

"Wanangu," alisema Hassan, "hebu nifunulieni hizo siri."

"Ammi," walimwambia, "siri hizi ni za ajabu sana. Ilimchukua baba yetu miaka mia na thelathini na mitano mpaka alipokamilisha uwezo kamili wa siri za vitu hivi vinavyoweza kufanya kazi ya ajabu. Walakini, kwa bahati mbaya, alipokamilisha kazi hiyo, alifariki dunia. Uwezo wa kofia ni kwamba, yeyote anayeivaa kichwani anafichika na haonekani na kiumbe yeyote; na uwezo wa huo mtarimbo ni kwamba, yeyote anayeumiliki, ana uwezo wa kuyamiliki makabila saba ya majini ambayo humhudumia mwenye mtarimbo huu. Kwa mfano, ukiupiga chini, wafalme wa majini hao watatokea mara moja na kutii amri ya mwenye mtarimbo na kumfanyia lolote alitakalo."

Hassan aliposikia vile, aliinamisha kichwa, akajiambia, "Wallahi, mimi ndiye ninayehitaji kofia hii na mtarimbo huu zaidi kuliko hawa vijana. Kwa hiyo, nitafanya ujanja nivipate vitu hivi, niweze kuwaokoa mke wangu na wanangu kutoka katika mikono ya yule malkia katili, nitoweke nao kutoka katika nchi hii. Bila shaka Mwenyezi Mungu amenikutanisha na vijana hawa ili nivimiliki mimi vitu hivi."

Basi alinyanyua kichwa, akawaambia wale vijana, "Mkitaka niwaamulie ugomvi, sina budi kuwajaribu kuona ni yupi kati yenu anayestahili kumiliki mtarimbo, na yupi anastahili kupata kofia."

"Sawa, ammi," waliafiki, wakiongeza, "tunakukabidhi wewe uamuzi, ufanye lile unaloona linafaa."

"Je, mtakubali uamuzi wangu bila ugomvi wowote?" Aliuliza tena Hassan.

"Naam," walijibu kwa umoja, "tunakubali."

"Nitachukua jiwe na kulitupa; yule atakayemshinda mbio mwenzake na kulipata lile jiwe, na kuniletea, huyo ndiye atakayepata mtarimbo na mwenzake atapata kofia."

"Tunakubali," walitamka wale vijana.

Basi Hassan aliokota jiwe, akalivurumisha mbali kwa nguvu zake zote, likatoweka machoni. Wale vijana wawili walilikimbilia na walipokuwa mbali, Hassan aliivaa ile kofia, akauchukua na ule mtarimbo!

Yule kijana mdogo ndiye aliyemshinda kaka yake kwa kuliwahi lile jiwe, akalichukua, akarudi nalo mpaka pale walipomwacha Hassan, lakini hawakumwona! Yule mdogo akamwuliza kaka yake, "Yuko wapi yule mtu aliyetaka kutuamulia ugomvi wetu?" "Simwoni wala sijui alikotowekea: mbinguni au ardhini," alijibu mwenzake.

Walimtafuta kote lakini hawakumwona japokuwa wakati wote ule Hassan alikuwa amesimama karibu yao. Hapo wale vijana wakagombana, wakisema, "Sasa mtarimbo na kofia: vyote vimepotea; si vyangu wala si vyako! Baba yetu alituonya juu ya jambo hili kuwa litatokea, lakini sisi tumesahau alilotwambia." Basi waliondoka, wakaenda zao.

Hassan alipohakikisha ukweli wa yale maneno yao, alifurahi kupita kiasi, akarejea mjini wakati bado ameivaa ile kofia kichwani, na ule mtarimbo wa shaba kaushika mkononi. Hakuna yeyote aliyemwona. Aliingia katika kasri la malkia la Nuur al-Huda, akaelekea kule alikokaa Shewahi, ambaye na yeye, hakumwona kwa sababu ya ile kofia. Halafu alikwenda kwenye *rafu* iliyokuwa ukutani kichwani pa Shewahi, ambako palipangwa vyombo vya glasi na vya udongo, akaitingisha kwa mkono, na vile vyombo vikaanguka chini!

Yule mwanamke alipiga kelele, akaukinga uso wake kwa mikono, akanyanyuka, akavipanga tena vile vitu kwenye ile rafu, akijiambia, "Nafikiri malkia Nuur al-Huda amemtuma shetani kuja kunitesa kwa kunionyesha vituko! Namwomba Mwenyezi Mungu Anisalimishe na ghadhabu za malkia! Kama anaweza kumtendea dada yake ukatili ule nilioushuhudia, atanitendea nini mimi niliye mgeni aliyemghadhibikia vile?"

"Ewe shetani," alitamka Shewahi, "kwa jina la Mwenyezi Mungu, Muumba wa viumbo vyote, na kwa maandishi ya Suleiman bin Daud yaliyoandikwa kwenye muhuri wake, sema nami na nijibu!"

Hassan alimjibu, "Mimi si shetani; mimi ni yule Hassan aliyeteseka kwa ajili ya mapenzi ya mkewe na wanawe!" Halafu aliiondoa ile kofia kichwani, akamtokea yule mwanamke mzee ambaye, mara ileile, alimtambua, akamwuliza, "Umepotewa na akili nini! Mbona umerejea hapa? Ondoka ukajifiche! Kama mwanamke mwovu yule katili alimtesa vile mkeo aliye dada yake, unafikiri atakufanya nini wewe akikuona tena na kukutia mkononi mwake?"

Halafu alimsimulia Hassan adhabu yote ile aliyoipata mke wake mikononi mwa dada yake, akiongeza, "Na hakika malkia anajuta kukuachia. Alituma mtu akufuate akimwahidi kitita cha dhahabu na wadhifa wangu kama akikupata na kukurudisha kwake; na ameapa kuwa, ukirudishwa, atakuua wewe, mkeo, na wanao." Shewahi alilia, wakati alipomweleza yale aliyotendwa yeye na malkia.

"Ewe Seyyidati," alitamka Hassan huku machozi ya huruma yakimtiririka, "nawezaje kujiokoa mimi, mke wangu, na wanangu kutoka mikononi mwa malkia huyu katili na kurejea kwetu salama?"

"Toka ujiokoe wewe!"

"Ni lazima nimwokoe mke wangu na wanangu," alijibu Hassan.

"Unawezaje kuwaokoa?" Aliuliza Shewahi. "Nenda, mwanangu, ukajifiche mpaka utakapojaaliwa na Mwenyezi Mungu kuokoka!"

Hassan alimwonyesha ule mtarimbo na ile kofia, na Shewahi alifurahi kupita kiasi, akasema, "Mwenyezi Mungu Asifikwe, mwanangu! Wewe na mkeo mlikuwa mmeshapotea, lakini sasa mmeokoka nyote: wewe, mkeo na wanao. Mimi naujua huo mtarimbo, na namjua mchawi mashuhuri aliyeutengeneza. Ilimchukua miaka mia moja na thelathini na mitano kuukamilisha mtarimbo huu na kofia hii. Alipoikamilisha kazi hiyo, alifariki dunia, na nilimsikia akiwaambia wanawe wawili, "Wanangu, vitu hivi si vyenu, kwani atakuja mgeni kutoka nchi ya mbali, atakayeichukua kutoka kwenu, na hamtajua namna ya kuvipata tena."

"Ewe baba yetu," walimwambia, "twambie jinsi atakavyovichukua." Lakini yeye aliwajibu kuwa hajui; na mimi ningependa kujua jinsi ulivyovipata.

Hassan alimweleza jinsi alivyoichukua kutoka kwa wale vijana wawili. Shewahi alifurahi, akamwambia, "Mwanangu, kwa kuwa sasa umepata njia ya kumwokoa mkeo na wanao, usikilize kwa makini yale nitakayokwambia. Mimi sina hamu hata kidogo ya kubaki hapa kwa huyu mwanamke mwovu baada ya kunitumia kama vile alivyonitumia. Nimekata shauri kuhamia kule kwenye lile pango la yule mchawi lililoko kule mlimani, nibaki huko mpaka kufa kwangu. Lakini wewe, mwanangu, vaa hiyo kofia, na uchukue huo mtarimbo mkononi, uingie katika kasri ambako mkeo na wanao waliko. Mfungue mnyororo aliofungiwa mkeo, upige huo mtarimbo chini, ukisema, 'Tokeeni nyinyi watumishi wa mtarimbo huu!' Watatokea, na kiongozi wao atakapokutokea, mwamrishe ulitakalo."

Basi alipomuaga, Hassan aliivaa ile kofia, akaingia mle alimokuwamo mke wake na wanawe. Alimkuta amefungwa minyororo kwenye kitanda, akiwa katika hali mbaya huku akilia bila kujua namna ya kujiokoa. Wanawe walikuwa wakicheza pale chini ya kile kitanda.

Hassan alipomwona jinsi alivyokuwa akiteseka, alitokwa machozi, akaiondoa ile kofia kichwani, wanawe wakamwona, wakapiga kelele, "Baba yetu!"

Mara ileile aliiva tena ile kofia, na binti mfalme alinyanyua kichwa aliposikia kelele zao. Lakini hakumwona mume wake bali wanawe waliokuwa wakilia, wakisema, "Baba yetu!"

Alipowasikia wakimtaja tena baba yao huku wakilia, moyo ulimwuma sana, akawaambia, "Ni jambo gani lililowafanya mumkumbuke baba yenu sasa?" Huku akilia. "Mko wapi na baba yenu yuko wapi?"

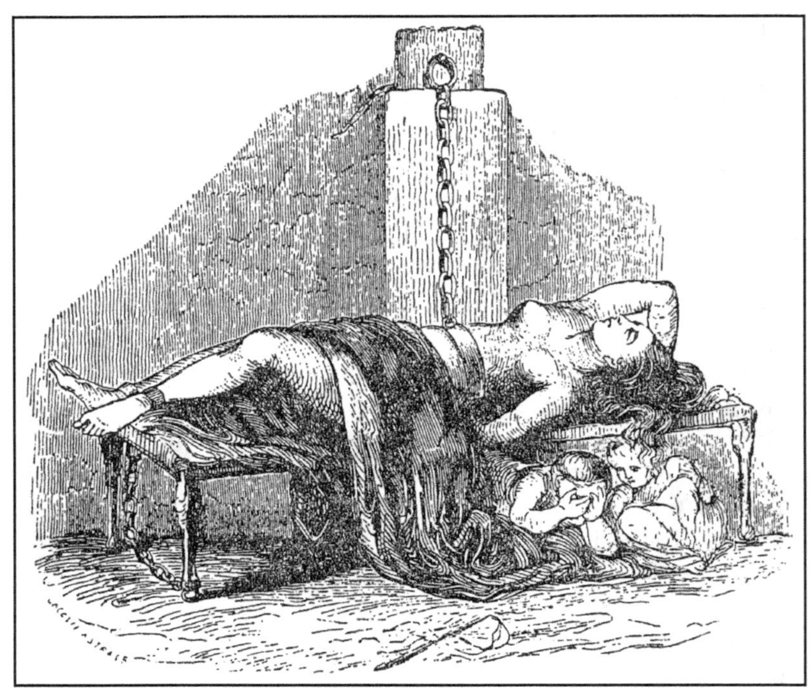

Alimkuta Mkewe Amefungwa Minyororo!

Hapo akakumbuka toka kukutana kwake na Hassan mpaka na yale yaliyomsibu toka kuondoka kwake kwa mume wake. Akaanza kulia mpaka mashavu yakamwiva. Machozi yalimtiririka kwa wingi. Nzi walikuwa wamemtua mwilini kwa wingi; hapakuwa na yeyote wa kumsaidia au wa kumfariji. Aligeuka kulia na kushoto akitafuta kile kilichowaliza wanawe, lakini hakumwona yeyote wala chochote.

Hassan aliwasogelea wanawe, akaiondoa tena ile kofia kichwani wakamwona bila mke wake kumwona. Walipomwona, walipiga kelele tena, "Baba yetu!" Jambo lililomliza tena mama yao aliyesema, "Ni kioja cha Mwenyezi Mungu hiki! Ni kitu gani kinachowafanya wamkumbuke baba yao wakati huu, jambo lisilo la kawaida yao?"

Hassan alipoona mkewe akilia vile, hakuweza kujizuia, akaiondoa ile kofia kichwani. Mkewe alimwona, akamtambua, akapaza sauti iliyowashtua wote waliokuwa ndani ya lile kasri. Halafu akauliza kwa mshangao, "Umekujaje humu? Umeanguka kutoka mbinguni au umepitia ardhini?" Machozi yalikuwa yakiwatiririka wote wawili.

"Ewe mwanaume," alitamka mkewe, "huu si wakati wa kutokwa machozi. Yaliyoandikwa na Mola ndiyo yaliyotokea. Ondoka upesi ukajifiche usionekane na mtu akaenda akamwambia dada yangu; akijua, atakuua!"

"Ah mpenzi wangu, na malkia wa wanawake wote," alijibu Hassan, "nimehatarisha maisha yangu kuja huku kuwafuata. Yatakuwa moja ya mawili: nitakufa, au nitakuokoa kutoka katika adhabu hii na kurudi nawe na wanangu mpaka kwetu!"

Mke wake alitabasamu, akatingisha kichwa, akasema, "Mpenzi wangu, hakuna mwenye uwezo huo isipokuwa Mwenyezi Mungu tu! Kimbia ujiokoe; usijitie katika maangamizi, kwani dada yangu ana majeshi yasiyojulikana idadi yao ambayo hayakabiliki na yeyote. Tuseme umeniokoa, unawezaje kutoka katika visiwa hivi vilivyojaa hatari mpaka ukafika kwenu? Wakati ukija huku bila shaka ulishuhudia hatari na maajabu yaliyojaa njiani yasiyoweza kuepukika hata na jini aliyeasi. Kwa hiyo, ondoka upesi usiniongezee majonzi na maumivu. Nani anayeweza kufika kwenu kupitia mabonde yote yale yaliyojaa hatari na yale majangwa mapana ya ukiwa?"

"Nuru ya macho yangu," alisema Hassan, "sitaondoka hapa bila wewe!"

"Hujui unalolisema!" Alisema mke wake kwa uchungu. "Nakwambia: hakuna yeyote awezaye kutoka salama katika nchi hii; hata kama ana majeshi ya majini, Afriti na mashetani. Kwa hiyo, ondoka ujisalimishe uniache hapa. Inshaallah Mwenyezi Mungu Ataleta mabadiliko."

"Mpenzi wangu," alijibu Hassan, "nimekuja kukuokoa kwa kutumia mtarimbo huu na kofia hii." Hapo akamweleza yote yale yaliyotokea baina yake na wale vijana wawili. Wakati wakiongea vile, Nuur al-Huda aliwasikia, akaingia.

Alipojua ameingia, Hassan aliivaa haraka ile kofia, akatoweka. Nuur al-Huda akamwambia binti mfalme, "Ewe malaya, ulikuwa ukiongea na nani?"

"Nina nani humu ninayeweza kuongea naye?" Alijibu Minar as Sana, "isipokuwa hawa watoto?"

Malkia alichukua tena fimbo, akamtandika nayo, wakati Hassan amesimama pale. Aliendelea kumpiga mpaka maskini binti mfalme alipopotewa na fahamu. Malkia aliamrisha apelekwe kwingine. Wajakazi walioongozana na malkia walimfungua, wakambeba Minar as Sana mpaka chumba kingine huku wakifuatwa na Hassan asiyeonekana. Walimweka humo akiwa bado hana fahamu, wakatoka, wakaenda zao.

Walipokwenda zao, Hassan aliiondoa ile kofia kichwani. Mkewe, ambaye wakati huo alikuwa amepata fahamu, alimwambia, "Umeona, ewe mume wangu, yote haya yananipata kutokana na kuondoka kwangu bila idhini yako. Sasa nakusihi, kwa jina la Mwenyezi Mungu, usinilaumu kwa kosa hilo ambalo hufanywa na wanawake wengi wasiotambua hasara yake mpaka wanapokabili mashaka kama yanayonikabili mimi sasa. Kusema kweli, nilifanya kosa kubwa. Namwomba msamaha Mwenyezi Mungu; na naahidi, tukisalimika na kuungana tena, sitavunja amri yako bali nitakutii."

Hassan alimjibu kwa huruma, "Hukufanya kosa lolote la dhambi, mke wangu, kwani ni mimi ndiye niliyeondoka, nikakuacha peke yako na mtu asiyejua cheo chako wala thamani yako. Lakini sasa, mpenzi wangu uliye tunda la moyo wangu na nuru ya macho yangu, Mwenyezi Mungu Amenipa uwezo wa kukuokoa. Je, unataka nikufikishe kwa baba yako, au unataka kwenda nami mpaka kwetu?"

"Ni nani awezaye kuniokoa isipokuwa Mwenyezi Mungu tu?" Alimjibu, akiongeza, "Achana na fikra hiyo; rudi kwenu. Hujui hatari unayoikabili katika nchi hii; na kama huniamini, utaona."

Alipotamka maneno hayo, alilia, na wanawe nao wakalia mpaka wale wajakazi waliwasikia, wakaingia ndani, wakawakuta wanalia lakini bila kumwona Hassan. Walipoona ile hali waliyokuwamo, nao wakaanza kulia nao kwa kuwaonea huruma, wakamlaani malkia Nuur al-Huda.

Hassan alisubiri mpaka usiku ulipoingia na wale wajakazi walinzi walipoondoka kwenda zao kulala. Hapo alimwendea mkewe, akamfungua, akamkumbatia, akambusu kichwani na kati ya macho yake mawili, akamwambia, "Imetuchukua muda kukutana na kurudi kwetu! Je, hii ni ndoto au kweli sasa tuko pamoja?" Hapo akamchukua mwanawe mkubwa na mke wake akamchukua yule mdogo, wakaondoka, wakatoka mle salama salimini mpaka wakafika kwenye lango la kasri la kutokea nje walilolikuta limefungwa kwa nje. Hassan akasema, "Hakuna mwenye nguvu na mwenye uwezo isipokuwa Mwenyezi Mungu! Sisi ni viumbe wa Mola, na kwake tutarejea!"

Kwa kauli hiyo, walikata tamaa. Mkewe akamwambia, "Hakuna njia nyingine; lililobaki ni kujiua kuepukana na adhabu hii tunayoikabili kesho."

Mara walisikia sauti ikitoka nje ya lile lango, ikisema, "Kwa jina la Mwenyezi Mungu, Seyyidati Minar as Sana, sitawafungulia lango hili: si wewe wala si mumeo Hassan mpaka mkubali lile nitakalowaambia!"

Waliposikia sauti ile, walinyamaza kwa woga, na walikuwa tayari kurejea kule walikotoka, wakati, ghafla, ile sauti iliposema tena, "Ni kitu gani kilichokunyamazisha usinijibu?"

Mara ileile waliitambua ile sauti kuwa ni ya Shewahi, wakamwambia, "Lolote lile utakalotwambia, tutalifanya; lakini kwanza tufungulie lango kwani huu si wakati wa maongezi na mabishano!"

"Wallahi," aliapa Shewahi, "sitawafungulia mpaka mtakapoapa kuwa mtanichukua nami, na hamtaniacha kwa mwovu malkia. Kila litakalowapata, linipate nami; mkiokoka, nami nitaokoka. Na mkiangamia, nami nitaangamia. Dadiyo alinidhalilisha kwa sababu yako; wewe unanijua na unajua jinsi ninavyothaminiwa."

Walimwamini, wakamwapia, na yeye akawafungulia lile lango la kasri, wakatoka, wakamkuta amepanda mtungi wa udongo mwekundu wa kiyunani uliokuwa na kamba shingoni, uliogeuka, ukaruka na kupaa kuliko farasi wa Kiarabu atimuwaye mbio, akawaambia, "Msiogope, nifuateni, kwani najua namna arobaini za kichawi ambazo nikizitumia, kabla hakujakucha ninaweza kuligeuza hili jiji kuwa bahari yenye mawimbi makubwa, na kumgeuza kila mwanamke kuwa samaki! Lakini sikuweza kufanya hivyo kwa kumwogopa mfalme, na kuwafikiria mabinti zake walio wema, bila kusahau walinzi wao na watumishi wao, na watu wa makabila tofauti wa nchi hii. Nitawaonyesha kipaji changu cha miujiza; haya twendeni kwa uwezo wa Mwenyezi Mungu."

Hassan na mke wake walifurahi sana, wakawa na uhakika kuwa sasa wataokoka. Walitoka mle, wakatembea mpaka wakatoka nje ya jiji. Hapo Hassan aliupiga chini ule mtarimbo, akatamka, "Enyi wahudumu wa mtarimbo huu, tokeeni na mjieleze kwangu!"

Mara ileile ardhi ilifunuka, pakatokea Maafriti warefu ajabu wenye miguu ardhini, na vichwa juu mawinguni. Waliibusu ardhi mara tatu mbele ya Hassan, wakatamka kwa sauti moja, "Tuko hapa watumishi wako, ewe Seyyid yetu, mtawala wetu! Unataka tukutekelezee nini? Sisi tutakusikiliza na kutii amri yako. Ukitaka tukukaushie bahari na kuihamisha milima kutoka ilipo, tuamrishe!"

Hassan alifurahishwa na maneno na majibu yao ya haraka, akawauliza, "Nyinyi ni nani? Niambieni majina na asili yenu na makabila yenu."

Kwa mara ya pili, waliibusu ardhi, wakamjibu kwa sauti moja, wakisema, "Sisi ni wafalme saba, kila mmoja wetu anatawala makabila saba ya majini wa kila namna, mashetani, pepo, na viumbe viishivyo milimani na majangwani. Kwa hiyo, tuambie ulitakalo, kwani sisi ni watumishi na watumwa wako. Yeyote amilikaye mtarimbo huo, ana uwezo wa kututawala nasi tunamtii."

Hassan aliposikia vile, alizidi kufurahi yeye pamoja na mkewe na yule mwanamke mzee, akawaambia wale wafalme wa majini, "Nataka mnionyeshe makabila yenu na majeshi yenu."

"Seyyid yetu," walimjibu, "tukikuonyesha, tunakuogopea wewe na hawa wenzako ulio nao, kwani ni wengi kwa idadi na wana umbo tofauti. Kuna wa vichwa tu bila viwiliwili, na kuna wa viwiliwili bila vichwa, na wengine wamefanana na wanyamamwitu, na wengine wanyama wawindao wanyama wenzao. Lakini kama hilo ndilo unalolitaka, kwanza tutakuonyesha wale waliofanana na hayawani. Lakini, Seyyid yetu, umetuita tukutekelezee nini sasa?" "Nataka mtubebe mara moja, mimi, mke wangu, wanangu, na mwanamke huyu mzee, mpaka kwenye jiji la Baghdad."

Waliposikia vile, waliinamisha vichwa chini, wakabaki kimya. Hassan akawauliza, "Mbona hamjibu?" Wakamjibu kwa sauti moja, "Seyyid yetu ututawalaye, sisi ni wafuasi wa Suleiman bin Daud, na ametuapisha kuwa tusiwabebe migongoni mwetu wanadamu. Toka siku hiyo mpaka leo bado hatujambeba mwanadamu – mgongoni wala mabegani. Lakini tutakutayarishia farasi wa majini, wakubebe wewe na wenzio mpaka kwenu."

"Ni umbali gani kutoka hapa mpaka Baghdad?" Aliuliza Hassan.

"Ni safari ya miaka saba kwa mwendo wa farasi," walijibu.

Akistaajabu, Hassan aliuliza, "kama ni hivyo, nilifikaje mimi huku kwa muda usiotimia hata mwaka mmoja?"

"Mwenyezi Mungu Alikujaalia wewe ama sivyo usingeviona visiwa vya huku," walimjibu. "Kwani Sheikh Abdul Quddus, aliyekupandisha tembo na farasi wa uchawi, na yule Afrit Dehnesh, anayemhudumia Abou Ruwaish, walikuchukua kwa kasi ya siku moja; yote hayo kwa ajili ya baraka za Mola, kwani Sheikh Abou Ruwaish ni wa ukoo wa Asaf bin Barkhiya, uliobarikiwa na Mwenyezi Mungu. Zaidi ya hayo, kutoka Baghdad mpaka kwenye kasri lililoko Mlima wa Mawingu ni safari ya mwaka mmoja, jumla ya yote hayo ni sawa na miaka saba."

Hassan aliposikia hayo, alistaajabu, akasema, "Mwenyezi Mungu Mwenye Uwezo wa kufanya magumu kuwa rahisi, na ya mbali kuyaleta karibu, Asifiwe." Halafu alimgeukia yule jini, akamwambia, "Huyo farasi wako itamchukua muda gani kutufikisha Baghdad?"

"Atawafikisha huko kwa muda usiotimia mwaka mmoja," alijibu. "Lakini mtakabili mashaka mengi, na kupitia mabonde thelathini na sehemu kame zinazotisha. Na hatuwezi kubashiri wakazi wa sehemu hizo walivyo, wala hatuwezi kujua vitendo vya mfalme mkuu pamoja na wafuasi wake. Huenda wakatulazimisha kuwakamata, ikatubidi sisi tupambane nao, tukilaumiwa kuwa sisi ni waovu tuliowachukua wanadamu waliofika katika milki yake, hasa ikijulikana kuwa mmoja wa hao tuliyemchukua ni binti mfalme. Kifupi ni kwamba, aliyewaleta hapa anaweza kuwarudisha kwenu. Hata hivyo, usivunjike moyo, umwamwini Mwenyezi Mungu; sisi tuko chini ya amri yako, na Inshaallah tutakufikisha kwenu."

Hassan aliwashukuru, akasema, "Mungu awajaalie; sasa fanyeni haraka na hao farasi."

"Tumesikia na tunatii," walimjibu, na mara ileile walipiga miguu chini, ardhi ikafunguka, wakatoweka mle ndani. Baada ya muda mfupi, walitokea tena wakiwa na farasi watatu wenye matandiko na hatamu, na kila farasi akiwa na mfuko wa ngozi wenye chupa za maji upande mmoja na vyakula upande wa pili. Hassan alimpanda farasi mmoja akamchukua mtoto mmoja, mke wake naye alimpanda farasi wa pili akamchukua mtoto wa pili akamkalisha mbele yake. Yule mwanamke mzee alipanda farasi wa tatu, wakaanza safari ya usiku kucha bila kusimama. Kulipokucha, walitoka barabarani wakaelekea mlimani huku wakimtaja Mwenyezi Mungu wakati wote.

Waliendelea na safari yao hiyo ya mlimani kutwa mpaka Hassan alipoona kitu cheusi kwa mbali kilichofanana na moshi unaopanda juu angani. Hapo alisoma aya fulani za Qur'an, akamwomba Mwenyezi Mungu awasalimishe na mashetani. Ule moshi ulionekana wazi kadiri walivyousogelea. Walipoukaribia, waliona kumbe ulikuwa ni Afrit aliyekuwa na bichwa kama kuba na pembe kama nanga, mashavu mapana, tundu za pua kama vinu, masikio kama majamvi, kinywa kama pango, meno kama nguzo za mawe, na mikono na miguu kama mashina ya miti mikubwa! Kichwa chake kilikuwa mawinguni na miguu yake ndani ya ardhi. Alipomwona Hassan, alimwinamia, akaibusu ardhi mbele yake, akasema, "Ewe Hassan, usiniogope; mimi ni mkuu wa wakazi wa nchi hii ambayo ni sehemu ya kwanza ya Visiwa vya Waq, na mimi ni Mwislamu. Nimesikia habari zako na kuja kwako. Na niliposikia kisa chako, nilikata shauri kuihama ile nchi ya wachawi na kuhamia kwingine kusikokaliwa na kiumbe chochote, kuliko mbali kabisa na wanadamu na majini ili niweze kumhudumia Mwenyezi Mungu mpaka siku zangu za mwisho. Kwa hiyo, nataka kuongozana nawe niwe kiongozi wako mpaka utoke katika Visiwa vya Waq. Mimi nitakutokea usiku tu: kwa hiyo, tuliza moyo wako, usiogope, kwani mimi ni Mwislamu kama wewe."

Hassan aliposikia kauli ya yule Afriti, alifurahi, akawa na hakika sasa wataokoka; akamwambia, "Mungu akubariki! Haya, twende nasi kwa ulinzi wa Mwenyezi Mungu!"

Basi yule Afriti aliwatangulia na wao walimfuata nyuma huku wakiongea kwa furaha, kwani sasa nyoyo ziliwatua. Hassan ikawa anamsimulia mke wake yote yale yaliyompata, na mke wake naye akamsimulia yote yale aliyoyashuhudia na yaliyompata.

Wale farasi waliwachukua usiku kucha kwa kasi ya ajabu. Kulipokucha, walifungua ile mifuko, wakatoa vyakula na vinywaji wakala, wakanywa. Halafu waliendelea na safari yao kwa ile kasi ya umeme huku wakiongozwa na yule Afriti ambaye, yeye alitoka katika ile njia yao, akafuata nyingine ambayo bado ilikuwa haijapitiwa na kiumbe mwingine yoyote, na iliyokuwa ufukweni. Waliendelea bila kusimama, wakipitia mabonde mapana na majangwa makubwa kwa muda wa mwezi mzima mpaka siku ya thelathini na moja mbele yao waliona wingu la vumbi lililofunika ulimwengu mzima na kuugeuza mchana kuwa giza totoro. Ghafla wakasikia sauti ya kutisha. Hassan alipoona vile na kusikia ile sauti, alichanganyikiwa, akageuka rangi. Yule mwanamke mzee alimwambia, "Mwanangu, hilo ni jeshi la Visiwa vya Waq lililotuandama, na baada ya muda litatufikia!"

"Sasa nitafanya nini, mama?" Aliuliza Hassan; na yule mwanamke alimjibu, "Igonge ardhi kwa huo mtarimbo ulionao."

Bila kusita, Hassan alifanya kama vile alivyoambiwa na yule mwanamke, na mara ileile wale wafalme saba wa majini walitokea ghafla, wakamwamkia kwa heshima, wakaibusu ardhi miguuni pake, wakasema, "Usiogope wala usiwe na wasiwasi." Hassan alifurahi kusikia vile, akawajibu kwa kuwaambia, "Naam, wafalme wa majini na wa Maafriti! Huu ndio wakati wenu!" Wakamwambia, "Wewe na wenzio pandeni mlimani, mtuache sisi tupambane nao, kwani tunajua kuwa wewe una haki na wao hawana. Bila shaka Mwenyezi Mungu atatusaidia." Mara ileile Hassan na mkewe na wanawe na yule mwanamke walishuka kutoka kwenye wale farasi, wakawaachilia huru, wakaupanda ule mlima.

Mara alitokea Nuur al-Huda akiandamwa na majeshi kulia na kushoto, huku viongozi wa majeshi wakienda huko na huko wakiwapanga na kuwatayarisha kwa vita. Mara mapambano makali yalianza kwa nguvu, mashujaa wakisonga mbele na waoga wakikimbia, huku majini wakitoa moto na moshi mkubwa vinywani mwao, ukiwatoka na kupanda juu angani mpaka yale majeshi ya pande zote mbili yakatoweka mle! Vichwa vilivyokatwa vilipaa juu, na damu ilimwagika na kutiririka kwa wingi kama chemchemi ya maji. Panga ziliendelea kufanya kazi mpaka usiku ulipoingia, wakati ambapo yale majeshi ya pande mbili yalipotengana, yakashuka, yakawasha moto, yakapumzika kando ya ule moto.

Wale wafalme saba walimwendea Hassan, wakaibusu ardhi miguuni pake. Hassan aliwashukuru, akaomba Mwenyezi Mungu awape ushindi, akawauliza jinsi walivyopambana na majeshi ya malkia. Wakamjibu, "Hawatapambana nasi zaidi ya siku tatu, kwani tunawashinda nguvu. Tumeshateka maelfu ya wafungwa na tumewaua wengi ambao idadi yao haijulikani. Kwa hiyo, usiwe na wasiwasi."

Baada ya kumweleza hayo, waliondoka, wakayaendea majeshi yao kuwatia moyo. Waliendelea kuuwasha ule moto mpaka kulipokucha, wakanyanyuka, wakapanda farasi zao, wakachukua silaha zao, wakaenda kupambana na wale maadui zao. Vita viliendelea kutwa mpaka usiku bado wakiwa juu ya migongo ya farasi mpaka jeshi la Waq likashindwa, likakimbia. Lakini wengi wao waliuawa, na viongozi wao walitekwa wafungwa.

Asubuhi, wale wafalme saba walimkalisha Hassan kwenye kiti cha enzi walichokipamba kwa lulu na vito vingine. Karibu yake waliweka kiti kingine cha enzi kilichotengenezwa kwa pembe za ndovu, kilichonakshiwa kwa dhahabu, wakamkalisha binti mfalme Minar as Sana, na kiti kingine wakamkalisha yule mwanamke Shewahi. Halafu mbele yao waliwaleta wale mateka akiwemo malkia Nuur al-Huda aliyefungwa minyororo ambaye, mara tu Shewahi alipomwona, alimwambia, "Ewe malaya mwovu we, adhabu unayostahili ni kushindishwa na njaa na kiu mpaka kufa kwako, halafu mzoga wako ukatupwe mtoni uliwe na samaki! Uliwezaje kumtesa mdogo wako vile, ewe katili we usiyekuwa na huruma hata kidogo wakati ukijua kuwa mdogo wako ameolewa kihalali kufuatana na sheria ya Mwenyezi Mungu? Katika Uislamu hakuna utawa, na ndoa ni wajibu; wanawake wameumbwa kwa ajili ya wanaume, na wanaume kwa ajili ya wanawake."

Hapo Hassan aliamrisha wafungwa wote wauawe, na Shewahi naye akaongeza kwa sauti ya juu, "Waueni wote; msimbakishe hata mmoja!" Lakini Minar as Sana alipoona ile hali aliyokuwamo dada yake: mfungwa aliyekazwa minyororo, alimlilia, akasema, "Ewe dada yangu, ni nani huyu aliyetuteka, akatufanya wafungwa katika nchi yetu?"

Nuru al-Huda alitamka, "Hili ni jambo kubwa la kusikitisha sana. Hakika huyu Hassan ameishinda milki yetu yote pamoja na wafalme wa majini." Mdogo wake akasema, "Hakika, kama Mwenyezi Mungu hakumsaidia dhidi yako wewe wala asingekushinda, wala asingekuteka, kama si kwa ajili ya kofia hii na mtarimbo huu."

Nuur al-Huda alihakikishiwa na mdogo wake kuwa ameshindwa kutokana vile vitu; si vinginevyo, huku akimnyenyekea dada yake na kuonyesha huruma. Halafu alimgeukia Hassan, akamwambia, "Utamfanya nini dada yangu? Yumo mikononi mwako na hakukufanya lolote lililo baya analostahili adhabu kutoka kwako."

"Kule kukutesa wewe peke yake ni kosa tosha!" Alijibu Hassan. Lakini mke wake alisema, "Lakini alikuwa na sababu kwa yale aliyonitenda. Mintaarafu wewe, ujue kuwa umeutia kidonda moyo wa baba yangu kwa kunichukua mimi. Sasa atahisi vipi kama akimpoteza na dada yangu pia?" "Ni juu yako wewe kukata shauri la kumfanya dada yako," alisema Hassan.

Minar as Sana aliamrisha malkia afunguliwe ule mnyororo, halafu alimwendea dada yake Nuur al-Huda, akamkumbatia, wote wawili wakalia. Baada ya muda, malkia alisema, "Mdogo wangu, usinichukie kwa yale niliyokutenda."

"Dada yangu," alijibu Minar as Sana, "hilo liliandikwa." Halafu waliketi pamoja kwenye kochi, wakasameheana, wakaongea. Halafu Minar as Sana aliingilia kati baina ya dada yake na Shewahi, akawapatanisha, na wao nao wakasameheana. Baada ya hapo Hassan aliwapa ruhusa wale watumishi wa ule mtarimbo, akiwashukuru kwa yale waliyomtekelezea dhidi ya maadui zake.

Minar as Sana alimhadithia dada yake yote yale yaliyotokea baina yake na Hassan, na yote yale mumewe aliyoyakabili kwa sababu yake yeye, mke wake, akisema, "dada yangu, inatupasa kujua yale anayoyastahili mume wangu kwa matendo yake yote hayo kwa kumiliki nguvu hii aliyo nayo aliyojaaliwa na Mwenyezi Mungu mpaka akalishinda jeshi lako, akakuteka wewe na kukufanya mfungwa, hiyo ikiwa ni dhahiri kuwa amemshinda baba yetu mfalme mkuu aliyewatawala wafalme wote wa majini."

"Wallahi, dada yangu," alijibu Nuur al-Huda, "umesema kweli! Alilokabili bwana huyu ni jambo la ajabu, na anastahili sifa, hasa kwa ukarimu wake. Je, yote haya ameyatenda kwa ajili yako?" "Naam," alijibu Minar as Sana. Basi waliupitisha usiku kwa maongezi mpaka kulipopambazuka.

Kulipokucha, na walipokuwa tayari kwa safari yao, Hassan aliupiga chini ule mtarimbo, majini yalitokea yakamwamkia, yakasema, "Mwenyezi Mungu Asifiwe; tuamrishe ulitakalo nasi tutakutekelezea mara moja."

Hassan aliwashukuru, akawaambia, "Mwenyezi Mungu Awabariki! Nitayarishieni farasi wawili walio wazuri sana."

Mara ileile walimletea wenye matandiko na hatamu. Mmoja alimpanda yeye na mwanawe mkubwa, wa pili alipandwa na mkewe na mwanawe mdogo. Malkia na Shewahi walipanda wengine, wakaagana buriani, wakatengana. Hassan na mke wake walielekea kulia, na malkia na Shewahi walifuata njia iliyoelekea kushoto. Hassan na mkewe na watoto wao waliendelea na safari yao bila kusimama kwa muda wa mwezi mzima mpaka wakafika kwenye jiji moja lililozungukwa na kujaa miti mingi, na chemchemi za maji. Walishuka, wakapumzika kwenye kivuli cha miti. Wakati wakiongea, waliona wapanda farasi wengi wakiwajia. Hassan alinyanyuka, akawafuata. Alipowafikia, aliona kumbe alikuwa ni mfalme Hassoun, mtawala wa Nchi ya Kafuri akiongozana na wafuasi wake.

Hassan alimwendea mfalme, akambusu mikono, akamwamkia. Mfalme alipomwona, alimwitikia, akamwambia kuwa amefurahi kumwona amerejea salama. Mfalme alishuka, akakaa na Hassan kwenye busati chini ya ile miti, akamwambia, "Ewe Hassan, tafadhali niambie yote yale uliyokumbana nayo – toka awali hadi akhiri." Hassan alimsimulia, na mfalme alistaajabu, akamwambia, "Ah mwanangu, hakuna yeyote aliyefika kwenye Visiwa vya Waq akarudi salama isipokuwa wewe tu; na hakika kisa chako ni cha ajabu sana; lakini tumshukuru Mwenyezi Mungu Aliyekurejesha salama salimini."

Baada ya hayo, mfalme alimpanda farasi wake, akamchukua Hassan na mkewe na watoto wao mpaka jijini ambako aliwapatia sehemu ya kuwakaribisha wageni katika kasri lake. Waliishi naye huko kwa muda wa siku tatu wakiandaliwa tafrija na karamu tofauti na kutumbuizwa na kufurahishwa na kustareheshwa. Siku tatu zilipokamilika, Hassan aliomba ruhusa ya kuondoka na kuelekea kwao, na mfalme alimridhia. Basi walipanda wale farasi, na mfalme aliwasindikiza kwa muda wa siku kumi. Hassan na mkewe na wanawe waliendelea na safari yao kwa muda wa mwezi mmoja mwingine mpaka wakawasili kwenye pango ambalo sakafu yake ilikuwa ya shaba. Hassan akamwambia mke wake, "Je, unajua aishiye katika hili pango?" "La," alijibu mke wake. Hassan akamwambia,

"Aishiye humo ni Sheikh anayeitwa Abou Ruwaish ambaye namshukuru sana, kwani ni yeye ndiye aliyenijulisha kwa mfalme Hassoun."

Hassan aliendelea kumsimulia mke wake yote yale yaliyojiri baina yake na Abou Ruwaish. Wakati akiongea na mkewe, mara Sheikh mwenyewe alitoka katika lile pango. Hassan alipomwona, alishuka juu ya farasi, akambusu yule Sheikh mikono, na yule Sheikh alimwamkia, akamwambia kuwa amefurahi sana kumwona amerudi salama. Halafu alimkaribisha ndani ya lile pango, akakaa naye chini. Hassan akamsimulia yote yale yaliyotokea kule katika Visiwa vya Waq. Yule Sheikh alistaajabu sana, akasema, "Ewe Hassan, umewaokoaje mkeo na wanao?" Yeye alimsimulia kisa cha ile kofia na ule mtarimbo. Yule Sheikh alizidi kustaajabu, kasema, "Ah Hassan, mwanangu, bila hiyo kofia na huo mtarimbo, usingeweza kumwokoa mkeo na wanao." "Kweli, Seyyid yangu," alijibu Hassan.

Wakati walipokuwa wakiongea vile, mlango ulibishwa na Abou Ruwaish alitoka nje, akamkuta Abdul Quddus amempanda tembo wake. Alimwamkia, akamkaribisha ndani ya pango ambako alimkumbatia Hassan kwa kumwona amerudi salama. Abou Ruwaish akamwambia Hassan, "Msimulie Sheikh Abdul Quddus yote yale yaliyokupata." Hassan akarudia tena yote yale yaliyompata mpaka alipofika kwenye kisa cha ile kofia na ule mtarimbo. Hapo Abdul Quddus akasema, "Ewe mwanangu, umekwishawaokoa mkeo na wanao; kwa hiyo, huna haja ya huo mtarimbo wala hiyo kofia. Sisi ndio tuliohusika na kufika kwako kwenye Visiwa vya Waq, na nimekukirimu kwa ajili ya mabinti wa ndugu yangu. Kwa hiyo, nakuomba, kwa wema na ukarimu wako, unipe mimi huo mtarimbo, na Sheikh Abou Ruwaish umpe hiyo kofia."

Hassan aliposikia vile, aliinamisha kichwa, akaona haya kumjibu kuwa hatampa. Akajiambia kimoyomoyo, "Hawa wazee wawili kweli walinisaidia sana; na bila wao nisingefika kwenye Visiwa vya Waq na kuwaokoa wanangu na mke wangu na kupata mtarimbo huu na kofia hii."

Alinyanyua kichwa, akamjibu, "Naam, nitawapa: lakini wazee wangu, naogopa huenda mfalme mkuu, baba wa mke wangu, akanifuata kwa jeshi lake kubwa huko kwetu, nikashindwa kupambana naye bila vitu hivi."

"Usiogope, mwanangu," alijibu Abdul Quddus. "Sisi tutakulinda kutoka huku, na tutapambana na yeyote atakayekusudia kukudhuru kutoka kwa upande wa mkeo, au kutoka kwingine kokote. Kwa hiyo, usiwe na wasiwasi wowote; hakuna litakalokupata."

Hassan aliposikia vile, roho ilimtua, akampa Abou Ruwaish ile kofia, akamwambia Abdul Quddus, "Tafadhali ongozana nami mpaka kwetu; nitakapofika salama, nitakupa huu mtarimbo." Kwa kauli hiyo, wale wazee wawili walifurahi na kuridhika, wakamtunukia Hassan na aila yake zawadi chungu nzima zisizokuwa na kifani.

Aliishi nao kwa muda wa siku tatu, halafu alianza safari yake pamoja na Sheikh Abdul Quddus. Yeye na mkewe walipanda wale farasi wao, na Abdul Quddus alipiga mbinja, na mara tembo mmoja mkubwa alitokea, akamkimbilia kutoka upande wa jangwani, akampanda. Hapo wakamuaga Abou Ruwaish, wakaanza safari yao huku wakisindikizwa na Abdul Quddus kwa kuwaonyesha njia fupi ya mkato. Waliendelea mpaka walipoikaribia nchi ya wale mabinti mfalme. Hassan alifurahi kupita kiasi, akamshukuru Mola kwa kumrudisha salama na kumkutanisha tena na mkewe na wanawe baada ya mashaka yote yale aliyoyakabili.

Baada ya muda, kwa mbali aliona kasri la kijani na ule Mlima wa Mawingu. Hapo Abdul Quddus akasema, "Furahi, Hassan, kwa habari nzuri, kwani leo usiku utakuwa mgeni wa wapwa wangu, mabinti mfalme!"

Habari hii ilimfurahisha sana Hassan. Wote walishuka, wakapumzika kwenye banda walilolikuta njiani, wakala, wakanywa, wakapumzika. Baada ya muda, walipanda farasi wao, wakaendelea mpaka walipoliona lile kasri.

Walipolikaribia, wale mabinti mfalme walitoka kuwalaki na kuwaamkia. Ammi yao akawaambia, "Mabinti wa ndugu yangu, furahini kwani nimefanikiwa kumsaidia ndugu yenu Hassan kumpata mke wake na wanawe." Walimkumbatia, wakimwambia kuwa wamefurahi sana kumwona amefanikiwa na amerudi na mkewe na wanawe salama salimini.

Basi hiyo ikawa ni siku ya furaha na sherehe. Yule mtoto wa kike mdogo alijitokeza, akamkumbatia Hassan huku akilia kwa furaha. Hassan naye hakuweza kujizuia naye akalia! Halafu Hassan alimwambia, "Dada yangu, sina budi kukushukuru wewe zaidi kati yenu kwa yote! Mwenyezi Mungu Akubariki Akupe kila la kheri!"

Halafu alimsimulia yote yale aliyoyakabili wakati wa ile safari yake, na jinsi alivyomwokoa mke wake na wanawe; na jinsi malkia Nuur al-Huda alivyojaribu kumwua yeye, mke wake, na wanawe, na kwamba ni Mwenyezi Mungu tu ndiye Aliyewaokoa. Halafu akamsimulia juu ya ile kofia na ule mtarimbo na jinsi alivyowapa Abdul Quddus na Abou Ruwaish kwa ajili yake yeye. Yule mtoto wa kike alimshukuru, akamwombea Mwenyezi Mungu Ampe umri mrefu. Hassan akamaliza kwa kusema kuwa hatasahau ule wema wote aliomfanyia.

Yule mtoto wa kike alimgeukia Minar as Sana, mke wa Hassan, akamkumbatia, akawakumbatia na wale watoto, akamwambia, "Ewe binti mfalme wa mfalme mkuu, hukuwa na huruma yoyote moyoni mwako kwa mumeo, ukawachukua watoto ukamwacha yeye peke yake? Ulitaka afe?"

Binti mfalme alicheka, akamjibu, "Hilo liliandikwa na Mola; adanganyae watu, Mwenyezi Mungu Amlaani!" Basi wote waliketi, wakala karamu waliyoandaliwa. Waliishi hapo kwa muda wa siku kumi wakifurahishwa na kustareheshwa. Mwisho, walijitayarisha kuondoka, na kuendelea na safari yao. Basi yule mtoto wa kike, dada yake mdogo, alimpa zawadi nyingi nzuri nzuri, akamkumbatia. Hapo ndipo Hassan alipompa Sheikh Abdul Quddus ule mtarimbo aliyeufurahia sana. Na yeye naye alirejea kwake. Hassan na mkewe na wanawe, baada ya kusindikizwa na wale dada zake mabinti mfalme, waliendelea na safari yao wakipitia milima na mabonde kwa muda wa miezi miwili na siku kumi mpaka wakawasili katika jiji la Baghdad, akaelekea kwake, akabisha mlango.

Mama yake, ambaye kwa muda wote ule alikuwa na majonzi mpaka akaugua, aliposikia sauti ya mwanawe mlangoni akiita, "Mama, mama, Mwenyezi Mungu Amenirudisha salama!" Aliitambua sauti yake, akakimbilia mlangoni. Alipoufungua na kumwona mwanawe amesimama pale pamoja na mkewe na wanawe, alipiga kelele kwa furaha, akaanguka chini akazirai! Hassan alimhudumia mpaka aliporudiwa na fahamu, wakakumbatiana huku wakilia. Mama aliita watumishi, akawaambia waingize mizigo ndani. Walipoingiza, Hassan na mama yake walimwendea binti mfalme na wale watoto, wakawakaribisha ndani. Mama Hassan alimwendea binti mfalme, mkwe wake, akambusu kichwani na miguuni, akamwambia, "Ewe binti wa mfalme mkuu, kama nimekukosea, naomba msamaha kwa Mwenyezi Mungu na kwako, unisamehe."

Hassan na Mkewe na Wanawe

Halafu alimgeukia Hassan, akamwambia, "Ah mwanangu, ni jambo gani lililokuchelewesha muda mrefu hivyo?" Ikambidi Hassan amsimulie masaibu yote yaliyompata toka mwanzo mpaka mwisho. Mama aliposikia yote yale yaliyomsibu mwanawe, alilia akazirai tena! Hassan akamhudumia tena mpaka alipofunua macho, akamwambia mwanawe, "Wallah, umefanya kosa kwa kutengana na ule mtarimbo na ile kofia. Kama ungekuwa navyo, ungekuwa bwana wa ulimwengu mzima. Lakini Mwenyezi Mungu Ashukuriwe kwa kurejea kwako salama salimina: wewe pamoja na mkeo na wanao!"

Basi wote waliupitisha vizuri ule usiku. Asubuhi, Hassan alibadili mavazi, akavaa lebasi nzuri ghali, akaelekea kwenye bazaar, akanunua wajakazi na watumwa; na vito na mabusati na mazulia; na vyombo vya kila namna – vyote ambavyo mfano wake ulikuwa nadra kupatikana! – labda kwa wafalme tu! Halafu alinunua majumba na mabustani na ardhi, akaishi humo na mke wake na wanawe, na mama yake, wakila na wakinywa wakiyafurahia maisha mpaka siku zao za mwisho zilipowadia!

*　*　*

Kama ilivyokuwa desturi yake, Shahrazad alipomaliza kusimulia kisa kirefu hiki cha kusisimua cha Hassan wa Basrah, mdogo wake Dunyazad alikisifu sana. Shahrazad akasema kisa kingine anachokusudia kuwasimulia ni kizuri kama hicho kama Sultani atampa ruhusa ya kuwasimulia usiku ujao kwani sasa kumeanza kupambazuka. Sultan Shahriyar, aliyevutiwa sana na hadithi za visa na mikasa aliyowasimulia, hakusita kumpa ruhusa. Usiku uliofuata, Shahrazad akawasimulia kisa cha ...

Hila na Vitimbi vya Wanawake

Hapo kale, alianza Shahrazad, paliondokea mfalme mmoja tajiri aliyetawala dola kubwa lenye nguvu. Mfalme huyu alikuwa na kila kitu isipokuwa tu hakujaaliwa kupata mtoto wa kiume wa kuurithi ufalme wake. Alipoona ameanza kuwa mzee, akawa ana huzuni sana. Siku moja aliwaendea mawalii na ma'ulamaa, akawataka wamwombee Mwenyezi Mungu Amjaalie, apate mtoto wa kiume atakayerithi kiti chake cha enzi. Wale mawalii na ma'ulamaa walimwombea Mwenyezi Mungu; na aliporejea kwenye kasri lake, usiku alimwendea mkewe, binti ammi yake, na kwa uwezo wa Mwenyezi Mungu, mkewe huyo alishika mimba. Baada ya miezi tisa, alijifungua mtoto wa kiume mzuri, mwenye uso wa mviringo wa kuvutia unaong'aa mithili ya mwezi kamili wa usiku kumi na nne!

Yule mtoto alipofikia umri wa miaka mitano, alikabidhiwa walii mmoja 'aalim (alimu) aliyekuwa na taaluma mbalimbali, aliyemfundisha kila namna ya sayansi, hisabati, falsafa na fasihi. Alipotimiza umri wa miaka kumi, hakuna mtoto wa rika lake aliyekuwa na akili, heshima, na adabu njema kama yeye. Hapo baba yake akampeleka kwa wapanda farasi waliomfundisha namna ya kumpanda na kumtimua kasi, na namna ya kutumia ngao na silaha tofauti, mpaka akawa hodari kuliko mtu yeyote katika milki ya baba yake.

Siku moja, amiri aliyekabidhiwa mamlaka ya kumtunza yule kijana, aliyekuwa na ujuzi wa 'ilmul-falak, wakati akitazama nyota, alimpigia falaki yule kijana, akagundua kuwa, akiongea na mtu yeyote kwa muda wa siku saba zijazo, atakufa! Basi alimwendea mfalme, baba wa yule kijana, akamwarifu, na mfalme akauliza, "Sasa tutafanya nini?"

"Seyyid yangu," alijibu yule amiri, "napendekeza kuwa afungiwe mahali pazuri, mbali, ambako atajishughulisha tu na usomaji vitabu na usikilizaji muziki mpaka hizo siku saba zitakapokwisha."

Mfalme aliafiki pendekezo lile, akamwita suria wake mmoja mzuri wa sura na umbo, ampendaye zaidi kuliko wengine wote, akamkabidhi yule kijana, akimwambia, "Mchukue Seyyid yako huyu kijana, ukae naye peke yake katika lile kasri lililoko mbali na hapa;

asitoke nje, asionane na mtu, wala asiongee na kiumbe yeyote mpaka siku saba zitakapokwisha."

Yule mtoto wa kike alimchukua mwana mfalme kwa kumshika mkono, akaelekea naye mpaka kule kwenye lile kasri ambako kulikuwa na chemchemi ya maji, na ukingoni pake pamepandwa miti ya kila namna yaliyoota matunda na maua yanukiayo. Zaidi ya hayo, katika kasri hilo mlikuwa na sehemu arobaini, na kila sehemu waliishi wajakazi kumi, kila mmoja wao akiwa na ujuzi maalumu wa ala ya muziki. Na alipoipiga hiyo ala, kasri zima lilivuma kwa uzuri wa ule mdundo! Humo ndimo yule kijana alimopitisha usiku wake wa kwanza.

Huyu kijana alijaaliwa kuwa na sura nzuri ya kuvutia. Kwa hiyo, yule suria wa mfalme, kila alipomtupia jicho yule kijana, moyo ulimwenda mbio, akawa anamtamani kimapenzi. Basi siku moja alimwendea, akamwambia ukweli wa yale yaliyokuwa moyoni mwake; lakini yule kijana hakumjibu. Lakini kwa kuwa yule mtoto wa kike alivutiwa sana na yule kijana, alimvamia, akamvuta kwake, akambusu, akisema, "Ewe bin mfalme, nipende ili nikukalishe kwenye kiti cha enzi cha babiyo kwa kumnywesha sumu afe, nawe uurithi utajiri na ufalme wake, tuishi pamoja!"

Mwana mfalme aliposikia vile, alimghadhibikia yule mtoto wa kike, akamwambia kwa ishara kuwa, Inshaallah nitakaposema baada ya siku saba, nitamwendea baba yangu na kumweleza; bila shaka ataniamini na atakuua! Baada ya hapo, alitoka mle, akaenda zake chumbani mwake.

Kwa kuwa aliogopa, yule mwanamke aliuchafua uso wake kwa masizi, akazichana nguo zake, akazinyofoanyofoa nywele zake, akaondoa ushungi wake, halafu akamwendea mfalme, akajitupa miguuni pake huku akilia.

Alipoona ile hali aliyokuwamo, mfalme alishtuka, akamwuliza yule suria wake kilichokuwa kikimliza, na jinsi mwanawe alivyo. "Seyyid yangu," alijibu yule mwanamke, "huyo mwanao anayesemekana ameelimika kupita kiasi na mwenye busara na heshima, alinitaka kimapenzi. Nilipomkataa, alinifanya hivi unavyoniona; na angeniua kama nisingemkimbia! Kwa hiyo, sitarudi tena kwake katika lile kasri aliko!"

Mfalme aliposikia vile, alighadhibika kupita kiasi! Mara ileile aliwaita mawaziri wake wote, akawaamrisha wakamwue mwanawe kwa yale aliyoyatenda. Walakini, wale mawaziri waliambiana, "Kama tukitekeleza amri yake, baada ya muda, atajuta kutoa amri hiyo, kwani anampenda mwanawe kupita kiasi, na amezaliwa wakati yeye, mfalme, akiwa mzee aliyekata tamaa ya kupata mrithi. Hapo atatugeukia sisi na kutulaumu, akisema, 'Kwa nini hamkunishawishi nisimwue mwanangu?'"

Basi wale mawaziri walishauriana wamfanye mfalme asimwue mwanawe. Waziri Mkuu, akasema, "Niachieni mimi nikalishughulikie jambo hili mpaka jioni nitakapowaarifu." Halafu alimwendea mfalme, akajitupa mbele yake, akaomba ruhusa ya kusema. Mfalme alimpa, na waziri mkuu akasema, "Ewe Seyyid yangu, hata kama ungekuwa na wana elfu moja, lisingekuwa jambo rahisi kwako kumwua mmoja wao kwa ajili ya maneno uliyoambiwa na mwanamke – kama kauli yake hiyo ni ya kweli au ni ya uwongo. Kauli hiyo inaweza kuwa ni ya uwongo na ni hila dhidi ya mwanao. Kwani, Seyyid yangu, nimesikia visa vingi vikizungumzwa juu ya hila na vitimbi vya wanawake."

"Hebu nieleze hayo uliyoyasikia," alitamka mfalme. Hapo waziri mkuu akamsimulia kisa ...

Mfalme na Mke wa Waziri

Kulikuwa na mfalme mmoja aliyependa sana wanawake, alianza kusimulia yule waziri mkuu. Siku moja, wakati alipokuwa peke yake katika kasri lake, mfalme alimwona mwanamke mmoja mzuri kwenye roshani, akampenda. Alipowauliza watumishi wake ile nyumba anamoishi yule mwanamke ni ya nani, walimjibu kuwa ni ya waziri wake fulani.

Siku moja mfalme alimwita yule waziri, akamtuma mbali kikazi. Mara tu waziri alipoondoka, mfalme alitafuta sababu za kwenda nyumbani kwa yule waziri. Mke wa waziri alipomwona, alimtambua, akambusu mikono na miguu, akamkaribisha ndani. Halafu alisimama mbali naye, akijishughulisha kumkaribisha, akamwambia, "Seyyid yetu, ni sababu gani iliyokufanya utupe heshima hii ya kututembelea? Heshima kama hii hastahili mtu kama mimi."

"Mapenzi ndiyo yaliyonileta," alijibu mfalme. Yule mwanamke aliibusu ardhi mbele yake mara ya pili, akasema, "Ah Seyyid yetu, mimi sistahili kuwa hata mwosha magwanda ya watumishi wa mfalme! Nimebahatikaje kupewa heshima hii na wewe?"

Mfalme alimnyooshea mkono, lakini yule mwanamke alimwambia, "Usitaharuki; hilo ni jambo lisilotuokoka; kwa hiyo, uwe na subira, Seyyid yangu, baki nami ili nikupikie leo."

Mfalme alikubali, akakaa kwenye kochi la waziri wake, yule mwanamke akamletea kitabu asome aupitishe wakati, wakati yeye, mwanamke, akimtayarishia chakula. Mfalme alikipokea, akaanza kukisoma. Mle ndani alisoma juu ya maadili mema na mabaya, na yale yamkabiliyo yeyote anayezini na wake za watu! Mfalme alipoyasoma yale, mara ileile alighairi, akabadili nia ya lile kusudio lake.

Baada ya muda, yule mwanamke alimwandalia namna tisini tofauti za mapishi mbalimbali ya nyama yaliyokuwa na rangi tofauti. Mfalme alionja namna zote tisini, akaona zina ladha ileile. Hapo akastaajabu, akamwambia yule mwanamke. "Naona umetayarisha nyama za rangi tisini tofauti lakini zote za ladha moja!"

"Mwenyezi Mungu Ampe umri mrefu mfalme wetu!" Alijibu yule mwanamke. "Hilo ni fumbo nililokufumbia wewe, Seyyid yangu, ili liwe onyo."

"Maana yake ni nini?" Mfalme alitaka kujua.

"Katika kasri lako," alijibu yule mwanamake, "mna masuria tisini wa rangi tofauti, lakini, kimapenzi, wote wana ladha moja, ama sivyo?"

Mfalme aliposikia vile, aliona aibu, akanyanyuka haraka, akatoka, akarejea kwake bila kufanya lolote. Lakini wakati alipokuwa akitoka mle haraka, alisahau pete yake yenye alama ya kifalme kwenye lile kochi alilolikalia.

Baada ya muda, waziri mwenye nyumba alirejea, akajipeleka mbele ya mfalme, akimpigia magoti, akamkabidhi taarifa kamili ya ile safari yake ya ule mkoa alikotumwa. Halafu alielekea kwake, akakaa kwenye lile kochi. Katika kupapasa huko na huko, mkono wake uliigusa ile pete, akaitambua kuwa ni ile ya mfalme. Aliiangalia tena kwa makini, akahakikisha kuwa kweli ni ya mfalme. Hapo akatambua kuwa mfalme alifika kwake wakati wa safari yake. Aliliweka lile jambo moyoni bila kumwambia yeyote.

Basi toka siku hiyo, waziri akawa hamkaribii tena mke wake wala haongei naye bila mke kujua sababu. Mwisho, yule mwanamke alimwendea baba yake, akamweleza jinsi mambo yalivyo nyumbani kwao. Baba yake alimwambia kuwa atalifikisha lile jambo kwa mfalme wakati waziri akiwa haadhir.

Siku moja yule baba alikwenda kwa mfalme alikomkuta waziri na kadhi, akatoa malalamiko yake kwa kusema, "Mwenyezi Mungu Ampe mfalme wetu umri mrefu! Nimefika mbele yako kwa sababu nataka ulihukumu jambo lililonileta," alisema yule mtu, akiendelea, "Nilikuwa na bustani nzuri niliyoipanda kwa mikono yangu mwenyewe, nikaitunza vizuri mpaka ikanizalia matunda mazuri yaliyoiva. Nilipompa waziri huyu, aliyala matunda yake na kuyafurahia. Lakini sasa ameiacha bustani bila kuinyunyizia maji, wala kuishughulikia kwa namna yoyote mpaka maua yake yamenyong'onyea, na uzuri wake umetoweka!"

"Ewe Seyyid yangu," alijibu waziri, "aliyoyasema bwana huyu ni ya kweli kabisa. Kweli niliitunza vizuri bustani, nikaila matunda yake. Lakini siku moja, nilipokwenda huko, niliona nyayo za simba katika hiyo bustani, nikaogopa, nikaiacha hiyo bustani."

Mfalme alilielewa lile fumbo, akajua kuwa nyayo za simba ni ile pete yake aliyoisahau mle nyumbani; akasema, "Rudi kwenye bustani yako, ewe waziri, wala usiogope lolote, kwani huyo simba hakuigusa wala hakuisogelea hiyo bustani. Niliambiwa kuwa alikwenda huko lakini, kwa heshima ya baba na babu yangu, nakuhakikishia kuwa hakuigusa!"

"Nimesikia na natii," alijibu waziri, akarudi nyumbani kwake, akapatana na mke wake, akamwamini kabisa.

Na nimesikia pia, aliongeza waziri mkuu, kisa cha ...

Mke wa Mfanyabiashara na Kasuku[1]

Kulikuwa na mfanyabiashara mmoja aliyesafirisafiri sana. Mfanyabiashara huyo alikuwa na mke mzuri aliyempenda sana, na aliyemwonea wivu sana. Kwa hiyo, kwa dinar moja alimnunua kasuku aliyeweza kusema akamweka nyumbani mwake. Kasuku huyo alimwambia kila kilichotendeka nyumbani mwake wakati akiwa safarini.

Siku moja wakati alipokuwa katika moja ya safari zake, mke wake alimpenda kijana mmoja wa Kituruki aliyemtembelea kila mume alipokuwa safarini. Na aliporudi, yule kasuku alimweleza yote yaliyotokea. Mume alikasirika sana, akataka kumwua mke wake. Lakini mke alimwambia, "Ewe mwanaume we, mwogope Mwenyezi Mungu! Ndege anawezaje kuwa na akili kama mwanadamu? Kama unataka nikuthibitishie haya ninayoyasema, leo usiku nenda ukalale kwa marafiki zako, rudi kesho asubuhi, umwulize kasuku yaliyopita usiku; hapo ndipo utakapojua kama anasema kweli au la."

Mume alikwenda kuupitisha ule usiku kwa mmoja wa marafiki zake; na mara tu giza lilipoanza kuingia, mke alilifunika lile tundu la kasuku kwa ngozi, akainyunyizia maji. Zaidi ya hayo, alilipepea lile tundu kwa upepeo, akapitisha mbele yake mwangaza wa taa huku akigongagonga jiwe la kusagia nafaka. Aliendelea kufanya hivyo usiku kucha mpaka kulipopambazuka. Yule kasuku alifikiri yale maji yaliyokuwa yakinyunyizwa kwenye tundu lake ni mvua, na ule upepo ni dhoruba, na ule mwangaza wa taa ni umeme, na ile sauti ya mgongano wa mawe ni radi na ngurumo!

Mume aliporejea asubuhi, mke alimwambia mumewe amwulize yule kasuku. Mume alimwendea kasuku, akaanza kuongea naye, akamwuliza yaliyopita jana usiku. "Seyyid yangu," alitamka kasuku, "ni nani angeweza kuona au kusikia chochote jana usiku?" "Kwa nini?" Aliuliza mume. "Kwa sababu," alijibu kasuku, "mvua kubwa yenye upepo mkali iliyofuatana na radi na umeme ilinyesha!"

"Mwongo!" alitamka yule mfanyabiashara kwa hasira. "Yote hayo unayoyasema hayakutokea jana usiku!"

---

[1]   Isipokuwa sehemu chache, kisa hiki kimefanana na Kisa cha Mtu na Kasuku kilichomo katika kitabu cha kwanza cha ALFU LELA U LELA.

"Mimi nimekwambia yale niliyoyashuhudia na niliyoyasikia," alijibu kasuku.

Mume alihakikisha kuwa kasuku amesema uwongo, kwani hakuna mvua iliyonyesha usiku ule! Akaamini kuwa yote yale aliyoambiwa awali na kasuku juu ya mke wake, yalikuwa si ya kweli pia. Alipotaka kupatana na mke wake, mke alimwambia, "Wallahi, siwezi kupatana nawe mpaka umwue kasuku huyu aliyekwambia uwongo juu yangu!"

Mume alinyanyuka, akamwua yule kasuku. Lakini baada ya siku chache, alimwona yule kijana wa Kituruki akitoka nyumbani mwake; hapo akajua kuwa yule kasuku alisema kweli. Akajuta kumwua maskini kasuku wake.

Mara ileile aliingia ndani kwa mke wake, akamwua, akamtumbukiza mtoni, akaapa hataoa mke mwingine tena!

"Nakuambia hivi," alisema waziri mkuu akimwambia mfalme, "ili ujue jinsi vitimbi vya wanawake vilivyo vikubwa, na kwamba matokeo ya kutenda jambo kwa haraka huwa ni majuto, yaani majuto ni mjukuu."

Mfalme alibadili nia ya kumwua mwanawe; lakini siku ya pili, yule suria wake - kipenzi chake - alimjia, akaibusu sakafu miguuni pake, akasema, "Seyyid yangu, kwa nini unachelewa kunitimizia haki? Wafalme wamesikia kuwa unatoa amri, na waziri wako naye anatoa amri dhidi ya amri yako. Ni lazima amri ya mfalme itekelezwe na mawaziri, na kila mmoja anajua hilo. Kwa hiyo, nifanyie haki dhidi ya mwanao. Bila shaka umesikia kisa cha Dobi na Mwanawe!"

"Kisa gani hicho?" Mfalme alitaka kujua, na yule mwanamke akamsimulia kisa cha ...

Dobi na Mwanawe

Alikuwako dobi mmoja ambaye, kila siku, alikwenda kwenye ukingo wa mto kufua nguo, akiongozana na mwanawe. Mwanawe huyo aliogelea tu katika ule mto, wakati baba yake akifua nguo bila kumkataza mwanawe asioge mle mtoni.

Siku moja, wakati yule kijana akiogolea, ghafla musuli wa mkono mmoja ulimuuma, akazama majini. Baba yake alipoona vile, alijitosa majini, akamshika mwanawe. Lakini yule mtoto alimng'ang'ania baba yake kwa nguvu, wote wawili wakadidimia chini, wakazama, wakafa maji. Na hivyo, Seyyid yangu, ndivyo na wewe ulivyo. Kama hukunitendea haki dhidi ya mwanao, naogopa huenda nyote wawili mkaangamia. "Zaidi ya hayo," aliongeza yule mwanamke, kuhusu vitimbi na hila za wanaume, nimesikia kisa cha ...

Hila ya Mwanamume Dhidi
ya Mke Mwadilifu

Mwanamume mmoja alimpenda sana mwanamke mmoja mzuri aliyeolewa na bwana mmoja waliyependana sana. Mwanamke huyo alikuwa mwaminifu na mwadilifu kama mimi. Kwa hiyo, yule aliyempenda hakupata fursa ya kuonana na yule mwanamke. Aliposhindwa kabisa kumpata, alifanya mpango wa kumwadhibu.

Mume wa yule mwanamke alikuwa na kijana aliyemlea nyumbani mwake, na aliyeaminika sana. Hivyo basi, yule mwanamume aliyempenda yule mwanamke, alimwendea yule kijana, akafanya naye urafiki mpaka wakazoeana, na yule kijana akawa anamtii na kumfanyia yule mwanamume lolote alilolitaka.

Siku moja yule bwana alimwambia yule kijana, "Je, rafiki yangu, unaweza kuniingiza katika nyumba yenu wakati wenye nyumba hawako nipate kuiona ndani?"

"Ndiyo," alijibu yule kijana. Basi siku moja wakati mume mwenye nyumba alipotoka, na mke wake alipokwenda kwenye hamamu, yule kijana alimchukua yule rafiki yake, akamwingiza nyumbani, akamwonyesha kila kitu kilichokuwa mle ndani. Kwa kuwa yule bwana alikuwa na mpango dhidi ya yule mwanamke, alichukua ute wa yai la kuku aliokuwa nao wakati ule, na alioutia katika mkebe mdogo, akaumwaga kwenye kitanda cha yule mume, bila kuonekana na yule kijana, halafu alitoka, akaenda zake.

Bwana mwenye nyumba aliporejea, alielekea kitandani kujinyoosha kidogo kupumzika; mara aligusa ule ute wa yai. Alipoutazama na kuona ulivyo, alidhani ni manii ya mwanamume! Mara ileile alimwita yule kijana, akamwuliza kwa hasira, "Yuko wapi mama mwenye nyumba!" "Amekwenda kwenye hamamu kuoga na atarudi karibuni," alijibu yule kijana.

Mume kusikia vile, yale aliyokuwa akiyashuku yakamdhihirikia, akafoka, "Nenda upesi ukamwite aje!"

Mke aliporudi, mume alimrukia na kuanza kumpiga vibaya, akamfunga mikono nyuma ya mgongo, akajitayarisha kumwua. Lakini yule mwanamke alipiga mayowe mpaka majirani walitoka.

Mke akawaambia majirani, "Mume wangu amenipiga bila sababu na anataka kuniua, ingawa mimi sijui kosa nililolifanya."

Majirani walimwuliza mume, "Sababu ya kumpiga mkeo ni nini?" Mume alijibu, "Nimemwacha!"

"Huwezi kufanya hivyo bila sababu yoyote! Kwa kuwa ni mkeo, unawajibika kumtendea mema, kwani sisi, jirani zenu, tunajua jinsi mkeo alivyo mwema na mwadilifu. Hakika, amekuwa jirani yetu kwa muda mrefu bila sisi kushuhudia lolote baya alilolifanya."

"Niliporudi nyumbani," alisema mume, kitandani pangu niliona manii ya mwanamume; na mimi sijui yametoka wapi!"

Majirani waliposikia vile, mmoja wao alijitokeza mbele, akasema, "Twende ukanionyeshe!"

Alipoonyeshwa, yule mtu alinusa; halafu aliagiza moto na kikaangio, akakaanga ule weupe wa yai. Halafu alimwonyesha mume na wote waliokuwa hadhirina, akawaambia waonje. Wote waliridhika kuwa ule ulikuwa ni weupe wa yai. Hapo mume akahakikisha kuwa mkewe hakuwa na kosa lolote. Basi majirani waliwapatanisha, na ule uovu wa yule mwanamume haukufanikiwa.

"Na sasa, ewe Seyyid yangu," alitamka yule mwanamke, "huo ni mfano wa uovu na vitimbi vya wanaume dhidi ya wanawake."

Mfalme aliposikia vile, aliamrisha mwanawe auawe, lakini waziri wa pili alijitokeza mbele, akaibusu sakafu mbele yake, akasema, "Ewe Seyyid yangu, usifanye haraka ya kumwua mwanao ambaye alizaliwa baada ya wewe na malkia kukata tamaa ya kupata mtoto! Tunatumaini, kwa uwezo wa Mwenyezi Mungu, atakuwa mrithi mwema wa ufalme wako. Kwa hiyo, uwe na subira, Seyyid yangu. Ukifanya haraka ya kumwua, hakika utajuta kama alivyojuta mfanyabiashara mmoja."

"Mfanyabiashara huyo alifanya nini?" Aliuliza mfalme; ndipo waziri wake alipomsimulia kisa cha ...

Bakhili na Mikate

Kulikuwa na mfanyabiashara mmoja aliyekuwa bakhili wa kula na kunywa. Siku moja alisafiri kuelekea mji mwingine. Wakati alipokuwa akitembea barabarani, alikutana na ajuza aliyekuwa na vibama viwili vya mkate. Yule mfanyabiashara alimwuliza kama anaviuza, na yule ajuza alimjibu ndiyo. Kwa kuwa alikuwa bakhili, alianza kubishana naye kwa bei, mwisho akavinunua kwa bei ya chini, akaenda navyo kwenye Musafir-Khana alikofikizia, akavila.

Siku ya pili alirejea kulekule, akakutana tena na yule ajuza akiwa na vibama viwili, akavinunua tena. Kwa muda wa siku ishirini, aliendelea kuvinunua kutoka kwa yule ajuza. Siku ya ishirini na moja, yule ajuza alitoweka. Yule mfanyabiashara aliulizauliza, lakini hakuna aliyemweleza chochote juu ya yule ajuza na alikotowekea.

Siku moja wakati alipokuwa akitembea barabarani, kwa bahati, alikutana na yule ajuza, akamwuliza kwa nini ametoweka vile na hakufika tena sokoni kama ilivyokuwa desturi yake, na kumletea ile mikate miwili. Kwanza yule ajuza alisita kumjibu; lakini yule mfanyabiashara aliposisitiza kujua sababu, yule ajuza alimwambia, "Ujue, Seyyid yangu, kuwa nilikuwa nikimhudumia bwana mmoja aliyekuwa na vidonda vingi mgongoni, na mganga wake alikuwa na tabia ya kumtibu kwa kuukanda unga kwa siagi mpaka ukalainika, akaubandika kwenye vile vidonda usiku kucha. Asubuhi, badala ya kuutupa, nilichukua ule unga, nikatengeneza ile mikate niliyokuuzia wewe au wateja wengine. Kwa kuwa yule mtu amekufa, nilishindwa kuitengeneza tena ile mikate."

Yule mfanyabiashara bakhili aliposikia vile, alijuta kuinunua ile mikate rahisi – majuto ambayo, kwa wakati ule, hayakumsaidia kitu, akasema, "Kwa Mwenyezi Mungu tumetoka, na kwake tutarejea! Hakuna mwenye nguvu na mwenye uwezo isipokuwa Mwenyezi Mungu tu!"

Basi toka siku hiyo alitubu, akisema, "Yote yaliyo mema hutoka kwa Mola, na yote yaliyo mabaya yanatokana na mtu binafsi." Akaanza kutapika mpaka akaugua!

"Zaidi ya hayo, Seyyid yangu," aliendelea yule waziri wa pili, "nimesikia kisa kifuatacho kikisimuliwa kuhusu:

Mwanamke na Wapenzi Wake Wawili

Alikuwako bwana mmoja mshika upanga wa mfalme mmoja aliyempenda sana mwanamke mmoja. Siku moja alimtuma mhudumu wake kijana aende kwa yule mwanamke, akamweleze lililo moyoni mwake. Mhudumu alipofika kule, alianza kumtongoza yule mwanamke. Mwanamke alimkubali, akaanza kumkumbatia yule mhudumu, na mhudumu naye, baada ya kushikwashikwa na kukumbatiwa, alianza kumtamani, na yule mwanamke akamkubali. Wakati wakijitayarisha kujinyoosha kwenye kochi, mara mshika upanga wa mfalme alibisha mlango! Yule mwanamke alimficha yule mhudumu mvunguni, akaenda kumfungulia mlango tajiri wa yule mhudumu. Yule mtu aliingia ndani huku kaushika upanga mkononi, akaketi kitandani. Yule mwanamke alimwendea, akaanza kumshikashika huku akimbusu na kumkumbatia na yule mshika upanga naye, alianza kumshikashika mpaka akamlaza yule mwanamke pale kitandani.

Mara mlango uligongwa na mume wa yule mwanamke! Mshika upanga kusikia mlango ukibishwa, aliuliza, "Ni nani anayegonga mlango?"

"Mume wangu!" alijibu yule mwanamke. "La haula!" alimaka yule mtu kwa khofu, akauliza, "Sasa tutafanya nini?" Yule mwanamke alimjibu, "Utoe upanga wako alani, ukasimame pale katikati ya ukumbi, unifokee! Mume wangu akiingia na kukufuata, toka uende zako huku ukionyesha hasira."

Yule mwanamume mshika upanga alifanya kama vile alivyoambiwa na yule mwanamke, na mume alipoingia, alimwona yule mshika upanga amesimama huku ameshikilia upanga wazi mkononi, akitukana na kutoa vitisho kwa mke wake. Lakini alipomwona mume mwenye nyumba, aliurudisha upanga alani, akatoka, akaenda zake. Mume akamwuliza mke wake, "Yule alikuwa nani na kwa nini alifoka vile?" Mke alijibu, "Mume wangu, namshukuru Mungu umefika! Umemwokoa kifo muumini wa Mwenyezi Mungu; na hiyo ndiyo sababu yule mwanamume alikuwa akifoka vile!

"Nilikuwa nimesimama mlangoni nilipojiwa mbio na kijana mmoja aliyejaa woga aliyekuwa akihema, akimkimbia yule mwanamume aliyemwandama huku ameushikilia ule upanga wake wazi mkononi. Yule kijana aliniangukia, akaibusu mikono na miguu yangu, akisema, 'Seyyidati, nakusihi, tafadhali, niokoe kutoka kwa bwana anayeniandama anayetaka kuniua bila sababu!' Niliposikia vile, nilimficha mvunguni, na mara yule mwanamume aliingia, akitaka kujua kijana aliko. Lakini mimi nilikataa kumwonyesha; hapo ndipo alipoanza kunipigia kelele, kama ulivyoshuhudia. Mwenyezi Mungu Ashukuriwe kwa kukuleta, mume wangu, kwani nilikuwa sijui la kufanya!"

"Umefanya jambo jema sana, mke wangu!" Alijibu mume. "Mwenyezi Mungu atakubariki kwa kitendo chema chako hicho!" Hapo akaelekea kule mvunguni, akamwita yule kijana, akisema, "Toka, usiogope; hakuna lolote litakalokupata."

Yule kijana mhudumu alitoka huku akitetemeka. Yule mume alimfariji kwa kumwambia, "Furahi, kijana; hakuna atakayekudhuru," huku yule kijana akimshukuru yule bwana na kumwombea Mola.

Wale Wanaume wawili walikwenda zao bila madhara yoyote, bila mmoja wao kujua hila ya yule mwanamke!

"Hiyo, Seyyid yangu," alisema yule waziri, "ni moja ya hila na vitimbi vya wanawake. Kwa hiyo, usiamini kauli yao."

Kwa kusikia vitimbi hivyo, mfalme alibadili nia ya kumwua mwanawe. Lakini siku ya pili, yule kipenzi chake alimjia, akaibusu ardhi miguuni pake, akasema, "Seyyid yangu, ufanye tendo la haki mintaarafu mwanao; usikubali kubadilishwa mawazo na kuamini yale unayoambiwa na mawaziri wako waovu ama sivyo utakuwa kama yule mfalme aliyetegemea na kuamini kauli ya waziri wake mmoja mwovu." Mfalme alipotaka kujua hicho nacho ni kisa gani, yule mwanamke akamsimulia kisa cha:

Mwana Mfalme
na Mwanamke ZimwI[2]

Mfalme fulani alikuwa na mwana aliyempenda zaidi kuliko wanawe wengine. Siku moja mwana mfalme huyo alimwambia baba yake kuwa anataka kwenda kuwinda. Baba alimkubalia, akaamua atayarishiwe kila alichokihitaji, akamwamrisha mmoja wa mawaziri wake aongozane naye, na amtekelezee kila atakalolihitaji wakati mwanawe huyo akiwa mawindoni. Waziri alitayarisha kila alichoona kitahitajika kwa ile safari, wakaondoka, wakiongozana na kundi la watumwa, watumishi, na viongozi wa serikali, mpaka wakafika kwenye mbuga ya majani mengi palipokuwa na maji, na wanyamapori. Mwana mfalme aliamrisha msafara wake utue pale, wakawaachia vipanga, na mbwa wa kuwindia, wakawanasa wanyama wengi. Walifurahi na kuridhika kwa yale mafanikio yao. Hata hivyo, walikata shauri kubaki pale kwa muda.

Walipopumzika kidogo, mwana mfalme alitoa amri waondoke, warejee kwao. Wakati walipokuwa wakirudi, swala mmoja mzuri, aliyetengana na wenzake, aliruka mbele yao. Mwana mfalme alipomwona, alimwambia waziri, "Nataka kumwandama yule swala." "Fanya upendavyo, Seyyid yangu," alijibu waziri.

Mwana mfalme alimtimua farasi wake, akamwandama yule swala mpaka akatoweka kwenye macho ya wenzake. Aliendelea kumwandama yule swala mpaka jioni wakati yule swala alipotoweka mlimani, na kukaanza kuwa giza. Mwana mfalme alitaka kurejea, lakini hakujua aelekee upande gani; akatamka, "Hakuna mwenye nguvu na mwenye uwezo isipokuwa Mwenyezi Mungu!"

Usiku kucha alitafuta msaada lakini hakufanikiwa. Kulipokucha, aliendelea kutafuta njia ya kurudia huku amechoka akiwa na njaa na kiu, na jua kali likimchoma. Wakati wa adhuhuri, kwa mbali, aliliona jiji lenye kuta nene, na minara mirefu. Alipolikaribia, alitambua kuwa ni magofu ya jiji la kale lililo tupu bila mtu isipokuwa mabundi na kunguru.

<hr>

[2] Kisa hiki kimeshabihiana na kile cha Waziri Aliyeadhibiwa kilichomo katika kitabu cha kwanza cha ALFU LELA U LELA

Wakati amesimama katikati ya yale magofu ya kale, akiyastaajabia uzuri wake akitafakari la kufanya, macho yake yalitua kwa msichana mmoja mzuri ajabu, aliyekaa chini ya ukuta, akilia. Mwana mfalme alimwendea, akamwuliza yeye ni nani, na ni nani aliyemleta pale ukiwani.

"Naitwa Bint at Tamimah, wa mfalme at-Tiyakh wa Nchi ya Kijivu," alijibu yule msichana, akiendelea, "Siku moja nilitoka, nikanyakuliwa na Afriti, akapaa nami kati ya mbingu na ardhi. Wakati akipaa nami, aliangukiwa na moto uliotoka mbinguni, ukamwua, nami nikaangukia hapa nilikoshinda na njaa na kiu kwa muda wa siku tatu. Lakini nilipokuona, niliingiwa na matumaini ya maisha."

Mwana mfalme aliposikia vile, aliingiwa na huruma, akampandisha nyuma ya farasi wake, akimwambia, "Usivunjike moyo; Mwenyezi Mungu Akinijaalia akinifikisha salama kwetu, nitakurudisha kwenu." Halafu alimchukua huku akimwomba Mola Amfikishe kwao salama.

Baada ya muda, yule mtoto wa kike alimwambia, "Ewe mwana mfalme, tafadhali nitue, niende haja nikajisaidie." Mwana mfalme alivuta hatamu, akamsimamisha farasi, yule mtoto wa kike akashuka, akajificha nyuma ya ukuta.

Baada ya kusubiri kwa muda, yule mtoto wa kike alitokea akiwa amebadilika sura kabisa, akawa anatisha! Mwana mfalme alipomwona, alitishika, nywele zikamsimama wima, akabadilika rangi, akapauka uso kwa woga! Yule mtoto wa kike alirukia nyuma ya yule farasi, akamwuliza mwana mfalme, "Una nini hata ukabadilika hivyo?"

"Nimelikumbuka jambo linalonitatiza," alijibu mwana mfalme. "Kama ni hivyo," alisema yule mtoto wa kike, "tafuta msaada kutoka kwa wanajeshi wa babako."

"Nimwogopaye," alijibu mwana mfalme, "hajali wanajeshi, wala hayamtishi."

"Kama ni hivyo," alisema yule mtoto wa kike, "pambana naye kwa utajiri na hazina ya babako."

"Nimwogopaye," alitamka tena mwana mfalme, "hatatishika wala hatatosheka na utajiri wala hazina yoyote!"

"Mnadai mna Mungu mbinguni aonaye kila kitu na yeye asiyeonekana, na awezaye kila jambo."

"Ndiyo," alijibu yule kijana, "Hakuna mwingine isipokuwa Yeye."

"Kama ni hivyo," alisema yule mtoto wa kike, "Mwombe akusalimishe dhidi ya maadui zako."

Mwana mfalme alinyanyua macho mbinguni, akaomba kwa moyo wake wote, akisema, "Ewe Mola wangu, Nakuomba Uniepushe na kile kinachonikhofisha." Halafu alimnyooshea mkono yule mtoto wa kike; na mara ileile yule mtoto wa kike alianguka chini, akateketea, akawa makaa na majivu!

Mwana mfalme alimshukuru Mwenyezi Mungu, Akamsifu, akaendelea na safari yake. Na Mwenyezi Mungu, kwa uwezo wake, Alimrahisishia safari yake, Akamwongoza, mpaka akafika kwao, akakutana na mfalme baba yake aliyekwishakata tamaa ya kumwona tena mwanawe.

"Yote haya," alisema yule mwanamke, "yalitokana na hila za waziri aliyesafiri naye, na aliyedhamiria kumwangamiza mwana mfalme. Lakini Mwenyezi Mungu Mwenye kila uwezo, Alimwokoa. Nimekusimulia haya, ewe Seyyid yangu, ili ujue uovu wa mawaziri wako wasiokuwa wakweli kwa mfalme wao. Kwa hiyo, ujihadhari nao."

Mfalme baada ya kumsikiliza yule kipenzi chake, aliamrisha mwanawe auawe. Lakini waziri wa tatu alijitokeza, akawaambia mawaziri wenzake, "Mimi ndiye leo nitakayemshawishi mfalme!"

Basi alimwendea mfalme, akaibusu ardhi miguuni pake, akamwambia, "Ewe mfalme mtukufu, mimi ni mmoja wa wanamajlisi yako, nitekelezaye wajibu wangu kwa mapenzi na kwa roho safi. Nikikupa ushauri mwema, nakwambia usimwue mwanao, nuru ya macho yako. Lake, kama liko, ni kosa dogo linalokuzwa na huyu mwanamke. Nimesikia ikisemwa kuwa wakazi wa vijiji viwili, hapo zamani, waliangamizana kwa sababu ya tone moja tu la asali."

"Kulitokea nini?" Aliuliza mfalme kwa shauku, na waziri akamsimulia kisa cha ...

Tone la Asali

Mtu mmoja alikuwa na tabia ya kuwinda wanyamamwitu jangwani. Siku moja mlimani aliona pango lililojaa asali tele. Aliijaza ile asali katika mfuko wa ngozi aliokuwa nao, akaubeba mgongoni, akaelekea nao jijini, nyuma akifuatwa na mbwa wake mtiifu wa kuwindia. Alipofika mjini, alisimama mbele ya duka la mwuza mafuta, akamwuzia ile asali. Aliimimina kutoka mle mfukoni ili mnunuzi aione.

Wakati alipokuwa akiimimina, tone moja lilianguka chini, likavamiwa na nzi; ndege aliyekuwa karibu alipowaona wale nzi, aliwashukia. Yule mwuza mafuta alikuwa na paka aliyemrukia yule ndege, na mbwa wa yule mwindaji naye alipomwona yule paka, alimvamia, akamwua. Mwuza mafuta alimwendea yule mbwa, akamwua, na yule mwindaji alimgeukia mwuza mafuta, akamwua! Yule mwuza mafuta alitoka katika kijiji fulani, na yule mwindaji alitoka katika kijiji kingine. Wakazi wa vile vijiji waliposikia yaliyojiri, walichukua silaha, wakapambana kwa hasira, wakauana idadi kubwa ya watu isiyojulikana isipokuwa na Mwenyezi Mungu tu!

"Na katika kisa kingine cha uovu na vitimbi vya wanawake," aliongeza waziri, "nimesikia kikisimuliwa kisa kifuatacho cha ...

Mwanamke Aliyemfanya
Mume Wake Achekeche Vumbi

Mwanamume mmoja alimpa mke wake dirham moja aende dukani akanunue mchele. Yule mwanamke alimwendea bwana mmoja mwuza mchele. Mwuza mchele alimtongoza yule mwanamke, kwani alikuwa mzuri. Alipomkabidhi ule mchele, mwuza duka alimwambia yule mwanamke, "Mchele hauwi mzuri bila sukari ambayo, ukiitaka, ingia ndani uongee nami vizuri."

Yule mwanamke aliingia ndani, akamridhisha mwuza duka. Mwuza duka alimwamrisha mtumwa wake mmoja, akimwambia, "Mpimie sukari ya thamani ya dirham moja." Lakini wakati akisema vile, alimfanyia ishara mtumwa wake. Yule mtumwa alichukua ule mfuko uliokuwa na mchele, akautoa, mahali pake akajaza mchanga, na mahali pa sukari alitia kokoto, akaufunga ule mfuko, akamkabidhi yule mwanamke. Sababu ya kufanya vile ni yule mwenye duka kutaka yule mwanamke arudi tena kwake.

Yule mwanamke aliondoka pale dukani akidhani mle mfukoni mna mchele na sukari, akaenda zake. Lakini alipofika nyumbani na kumkabidhi mume wake ule mfuko, ndani ya mfuko mume aliona mna mchanga na kokoto tu!

Mke alipokuja na chungu cha kupikia kutoka jikoni alikokwenda kukichukua, mume alimwuliza, "Je, nilikwambia nataka kujenga nyumba hata ukaenda mjini ukaniletea mchanga na kokoto?"

Mke alipoona vile, alijua kuwa yule mtumwa wa mwuza mchele ndiye aliyemfanyia vile, akamwambia mume wake, "Ah mume wangu, kwa kuwa nilikuwa na mawazo mengi kichwani, nilikwenda jikoni kuchukua chekecha; badala yake nikaja na chungu!"

"Tatizo gani ulilo nalo kichwani?" Aliuliza mume. "Niliiangusha sokoni ile dirham uliyonipa, nikaona aibu kuitafuta mbele ya watu. Na kwa kuwa sikutaka kupoteza fedha, nilikusanya mchanga wote wa pale mahali nilipoiangusha ile dirham, nikaja nao nikidhamiria kuuchekecha nitakaporudi nyumbani. Kwa hiyo, badala ya kuleta chekeche, nimekuja na chungu cha kupikia!"

Mke alikwenda tena ndani, akaleta chekeche, akamkabidhi mume wake, akimwambia, "Tafadhali, mume wangu, uchekeche huu mchanga; macho yako ni mazuri zaidi kuliko yangu!"

Mume alikaa chini, akauchekecha ule mchanga kuutenganisha na zile kokoto mpaka uso na macho yakamjaa mavumbi! Hakung'amua ujanja wa mke wake, wala yale yaliyompata kule sokoni.

"Hili, Seyyid yangu," alisema waziri, ni mfano mmoja tu wa vitimbi vya wanawake."

Mfalme alimsikiliza kwa makini waziri, akakubaliana na yale aliyomweleza, akaachana na ile fikra ya kumwua mwanawe. Lakini siku ya nne, kipenzi chake alimjia, akaibusu sakafu miguuni pake, akasema, "Ewe mfalme mtukufu, nimekueleza wazi malalamiko yangu, lakini hukunilipia kisasi dhidi ya yule aliyenikosea, ambaye ni mwanao umpendaye. Lakini Mwenyezi Mungu Atanihukumia, kama alivyomhukumia mwana mfalme dhidi ya waziri wake."

"Kulitokea nini?" Aliuliza mfalme, na yule mwanamke akamsimulia kisa cha:

Chemchemi Iliyorogwa

Kulikuwa na mfalme aliyekuwa na mtoto mmoja tu wa kiume. Mtoto huyo alipokua, baba yake alimfanyia mpango wa kumwoza binti mfalme mmoja aliyekuwa mzuri wa sura, umbo, na tabia, ambaye alitakiwa kuolewa na bin ammi yake; lakini mtoto wa kike huyo alimkataa.

Bin ammi yake aliposikia kuwa binti ammi yake anataka kuolewa na mtu mwingine, aliingiwa na wivu, akampelekea malalamiko yake waziri wa baba wa mchumba anayetaka kumwoa binti ammi yake ili atumie uwezo wake amfanye huyo kijana asimwoe huyo binti ammi yake, akisema kuwa yeye ndiye bin ammi yake anayepaswa kumwoa. Yule waziri alikubali, akapokea zawadi aliyopelekewa, akamjibu yule kijana kwa kumwandikia, "Nimepokea barua na zawadi, na nitafanya lile ulilolitaka."

Baba wa yule mtoto wa kike alimwandikia mwana mfalme aliyemposa binti yake, akimtaka afike katika makao yake makuu, amwoze binti yake. Baba wa kijana alimtayarisha mwanawe kila kilichotakikana, akamtuma akiongozana na waziri yuleyule aliyepewa zawadi, pamoja na wapanda farasi elfu moja waliomsindikiza, wakisheheni zawadi na vifaa vyote vya safari, vikiwemo mahema na majukwaa. Yule waziri, wakati wote ule, moyoni mwake alikuwa akifanya mpango. Msafara ulipofika kwenye jangwa moja, waziri aliikumbuka chemchemi moja ya maji iliyoitwa Az-Zahra iliyokuwa ikipita mlimani. Mwanamume yeyote aliyekunywa maji ya chemchemi ile, mara ileile aligeuka kuwa mwanamke!

Basi waziri aliusimamisha ule msafara karibu ya ule mlima kulikotoka ile chemchemi, akamwambia mwana mfalme, "Je, una nia ya kwenda nami kuitazama chemchemi ya maji safi itokayo kule mlimani?"

Mwana mfalme alikubali bila kujua yale aliyodhamiria yule waziri, wakaelekea peke yao kule mlimani, mpaka wakafika kwenye ile chemchemi. Mwana mfalme alishuka, akanawa mikono pale kwenye ile chemchemi, akayanywa yale maji, na mara ileile sehemu zake za siri zikawa za kike!

Alipotambua mabadiliko yake, alipiga kelele, akalia mpaka akazirai! Waziri alimkimbilia, akamwuliza, "Je, una nini, mwana mfalme? Kumetokea nini"

Yule kijana alimweleza yale yaliyotokea. Waziri alijifanya anamsikitikia kwa kujifanya anamlilia, akisema, "Mwenyezi Mungu Akusaidie katika janga hili lililotokea! Imekuwaje umepata msiba huu wakati sisi tukikupeleka kwa furaha ukamwoe binti mfalme? Sasa sijui kama tutaweza kwenda huko; lakini ni juu yako kukata shauri. Unanishauri tufanye nini?"

"Rudi kwa baba yangu, ukamweleze yale yaliyotokea," alisema mwana mfalme kwa huzuni, "Mimi sitaondoka hapa mpaka nimeondokewa na janga hili lililonipata; nisipoondokewa, nitakufa."

Basi mwana mfalme alimwandikia baba yake barua, akamweleza yote yaliyompata. Yule waziri aliichukua ile barua, akarudi nayo, akamwacha yule kijana na lile jeshi, huku yeye, waziri, akiwa amejaa furaha kwa yale mafanikio yake ya ule mpango.

Alipowasili, alimwendea mfalme akamsimulia yale yaliyotokea, huku akimkabidhi ile barua. Mfalme alimsikitikia sana mwanawe, akatuma waitwe wazee wenye busara na wataalamu wa sanaa za siri zilizofichika ili wapate kumfunulia yale yaliyompata mwanawe; lakini hakuna yeyote aliyeweza kumtafsiria sababu ya lile janga.

Mintaarafu yule waziri, alituma taarifa kwa yule bin ammi wa binti mfalme, akampasha ile habari nzuri ya yale yaliyomsibu yule mwana mfalme aliyetaka kumwoa binti ammi yake. Na yeye aliposikia vile, alifurahi kupita kiasi, akajua kuwa sasa atamwoa binti ammi yake. Alimwandikia yule waziri akimshukuru sana kwa yale mafanikio ya ule mpango, akampelekea na zawadi nyingi nzuri nzuri za kila namna.

Maskini yule mwana mfalme aliyepatikana na lile janga, alibaki pale kwenye ile chemchemi kwa muda wa siku tatu bila kula wala kunywa, akimwomba Mwenyezi Mungu amsaidiaye Amwaminiye.

Ilipokuwa usiku wa siku ya nne, alitokewa na mpanda farasi aliyekuwa na taji kichwani kama walivyo wana wafalme, akamwuliza, "Ewe kijana, ni nani aliyekuleta hapa?"

Mwana mfalme, kwa sauti ya huzuni huku machozi yakimtiririka machoni, alimhadithia yale masaibu yaliyompata. Mpanda farasi alimwonea huruma, akamwambia, "Ni waziri wa baba yako ndiye aliyekufanya upatikane na janga hili, kwani yeye ni mwanadamu wa pekee aliye hai anayejua siri hii. Lakini usijali; panda farasi nyuma yangu, uwe mgeni wangu leo."

"Kwanza niambie wewe ni nani," aliuliza mwana mfalme. Mpanda farasi alimjibu, "Mimi ni mwana mfalme wa mfalme wa majini kama wewe ulivyo mwana mfalme wa binadamu. Kwa hiyo, usiwe na wasiwasi; kwa hakika nitakuondolea matatizo yaliyokusibu, kwani hilo ni jambo rahisi kwangu."

Mwana mfalme alipanda farasi nyuma ya yule mgeni, wakaondoka, wakiliacha lile jeshi pale. Waliendelea na safari yao kutwa mpaka siku ya pili, usiku wa manane, ndipo mwana mfalme jini alipomwuliza mgeni wake, "Unajua ni siku ngapi tumekuwa tukisafiri toka kule kwenye ile chemchemi?" "La," alijibu mwana mfalme, na mwana mfalme wa jini alimwambia, "Tumesafiri safari ya mwaka mzima upesi hivyo kwa sababu ya farasi huyu." Mwana mfalme alistaajabu, akasema, "Nitarejeaje kwetu?" "Hilo," alijibu mwana mfalme jini, "lisikusumbue; si shauri lako, ni langu. Mara tu utakapoondokewa na tatizo lako, utafika kwa watu wako katika muda mfupi kama ilivyo katika kufumba na kufumbua jicho, kwani hilo, kwangu, ni jambo dogo sana."

Mwana mfalme aliposikia vile, alifurahi kupita kiasi asijue la kufanya wala la kusema. Kwake, ilionekana kana kwamba yumo ndotoni; akasema kwa mshangao, "Sifa zote zimwendee Mola Awezaye kuwarudishia furaha wale wenye huzuni!"

Waliendelea na safari yao usiku ule mpaka asubuhi ya pili wakati walipojikuta kwenye nchi ya kijani iliyojaa miti mikubwa mirefu, walikokuwa wakiimba ndege kwenye bustani. Kulikuwa na makasri makubwa ya ajabu kulikotiririka chemchemi ya maji yaliyokuwa na harufu ya maua. Hapa mwana mfalme wa majini alishuka, akamwambia mwenzake naye ashuke, akamshika mkono mgeni wake, akamwingiza katika moja ya yale makasri walikomkuta mfalme mkuu aliyekuwa na wenzake waliokuwa wakila.

Usiku ulipoingia, mwana mfalme wa majini alimpanda farasi wake, akamwambia yule kijana mwana mfalme apande nyuma yake, wakapaa hewani tena mpaka asubuhi walipojikuta katika nchi nyeusi isiyokuwa na kiumbe, iliyojaa miamba na mawe meusi. Mwana mfalme alimwuliza yule jini, "Nchi hii inaitwaje?" "Inaitwa Nchi Nyeusi," alijibu yule jini, akiongeza, "Ni milki ya mfalme mmoja wa majini, anayeitwa Dhul Janain, na hakuna mfalme mwingine wa majini anayeweza kuitawala, wala hakuna anayeweza kuiingia bila idhini yake. Kwa hiyo, subiri hapa, nakwenda kuomba ruhusa."

Walipopata idhini, waliendelea na safari yao mpaka walipofika kwenye chemchemi ya maji yaliyokuwa yakitoka kwenye jabali jeusi. Hapo yule mwana mfalme wa jini alimwambia yule kijana ayanywe. Alishuka, akayanywa, na mara ileile, kwa uwezo wa Mwenyezi Mungu, hali yake ilibadilika, akawa tena mwanamume kama awali! Furaha yake ikawa haina kifani. Alimgeukia yule jini, akamwambia, "Ndugu yangu, chemchemi hii inaitwaje?" "Inaitwa Chemchemi ya Wanawake," alijibu yule jini. "Mwanamke yeyote anayekunywa maji yake, mara hiyohiyo hugeuka kuwa mwanamume. Kwa hiyo, Mshukuru Mwenyezi Mungu kwa kukurudishia tena ile hali yako ya kiume."

Yule kijana mwana mfalme alimsujudia Mola wake, akamshukuru, halafu alipanda tena nyuma ya farasi wa yule jini, wakaendelea na safari yao kutwa, mpaka wakawasili kwenye kasri la yule jini, alikomkaribisha mwana mfalme. Usiku iliandaliwa tafrija maalumu kwa heshima ya yule kijana, wakasherehekea usiku kucha wakifurahia maisha.

Siku ya pili waliendelea na karamu yao, wakila, wakinywa, mpaka usiku wakati yule jini alipomwuliza mwana mfalme kama angependa kurejea kwao. "Naam," alijibu; "nina hamu sana, na nitakushukuru kama utanirudisha."

Yule jini alimwita mmoja wa watumwa wa baba yake aliyeitwa Rajiz, akamwambia, "Mbebe huyu kijana mgongoni na, kabla hakujakucha, umfikishe kwa mke na mkwe wake."

"Nimesikia na natii," alijibu yule mtumwa, akaondoka kwenda kujitayarisha na baada ya muda, alitokea akiwa na umbo la Afriti. Mwana mfalme alipomwona, alishtuka, akatishika, lakini yule jini alimwambia, "Usiogope; hakuna lolote litakalokupata. Panda farasi wako na rukia mgongo wa huyu Afriti." "La," alijibu yule kijana, "nitakuachia farasi wangu, na nitampanda mabegani."

Alipanda mabega ya yule Afriti, akafumba macho wakati yule mwana mfalme jini akimuaga. Mara ileile yule Afriti alipaa naye angani, akaruka naye kati ya mbingu na ardhi. Wakati wote huo mwana mfalme alipotewa akili. Alfajiri, Afriti alitua naye juu ya paa la kasri la mkwe wa yule mwana mfalme. Yule Afriti alimwambia ashuke, afumbue macho, kwani wamefika kwenye kasri la mkwe wake na mke wake! Aliposhuka, yule Afriti aliruka, akatoweka, akimwacha mwana mfalme pale kwenye paa la lile kasri.

Jua lilipochomoza na mwana mfalme alipopata fahamu sawasawa kutokana na yale masaibu yote yaliyompata, alishuka, akaingia ndani ya lile kasri.

Mkwe wake alipomwona, alikwenda kumpokea, akastaajabu kuona akishuka kutoka kwenye dari ya lile kasri, akamwambia, "Tumezoea kuona watu wakiingia kupitia milangoni; wewe umekuja kutoka angani!" Mwana mfalme alijibu, "Alitakalo Mola ndilo liwalo!" Hapo akamsimulia yote yale yaliyomsibu – toka awali hadi akhiri – mkasa uliomstaajabisha sana mfalme. Wote walifurahi kuwasili kwake salama salimini, akamwamrisha waziri atayarishe tafrija na sherehe za arusi.

Hivyo ndivyo arusi ya mwana mfalme ilivyoshangiliwa kwa shangwe, kwa vifijo, na kwa vigelegele. Mwana mfalme aliingia ndani, akakutana na bibi arusi, akaishi naye kwa muda wa miezi miwili; halafu alikata shauri kurejea kwao na mke wake.

Wakati mwana mfalme na mkewe walipolikaribia jiji la mfalme baba yake, baba yake, akiongozana na mawaziri na wanajeshi, walitoka kwenda kumlaki na kumkaribisha mwana mfalme na mke wake.

Mintaarafu bin ammi wa bibi arusi, alikufa kwa sababu ya wivu na huzuni, na yule waziri alihukumiwa kifo.

"Hivyo ndivyo Mwenyezi Mungu alivyomsaidia yule mwana mfalme dhidi ya yule bin ammi wa bibi arusi, na dhidi ya yule waziri mwovu," alisema yule kipenzi cha mfalme, akiongeza. "Na naomba Mwenyezi Mungu Akusaidie wewe, Seyyid yangu, dhidi ya mawaziri wako! Nakusihi unifanyie haki dhidi ya mwanao!"

Mfalme aliposikia kauli ile (hiyo ikiwa ni siku ya nne), aliamrisha mwanawe auawe. Lakini waziri wa nne aliingia, akaibusu sakafu miguuni pa mfalme, akasema, "Mwenyezi Mungu Amlinde mfalme! Ewe Seyyid yangu, lifikirie sana jambo hilo, ukikumbuka methali isemayo, 'Asiyelifikiria atakalolitenda, bahati njema si rafikiye.' Yule afanyaye jambo bila kulifikiria, hupatikana sawa na lile lililompata mtunza hamamu na mke wake."

"Mtunza hamamu huyo na mkewe walipatikana na nini?" Aliuliza mfalme; ndipo waziri alipomsimulia kisa cha:

Mwana wa Waziri na Mke
wa Mtunza Hamamu

Kulikuwa na mtunza hamamu mmoja ambaye hamamu yake ilipendwa sana na watu mashuhuri na waungwana wa jiji. Siku moja alijiwa na mmoja wa wana wa mawaziri aliyekuwa na sura ya kuvutia lakini aliyekuwa mnene kupita kiasi. Mtunza hamamu alisimama kumhudumia. Lakini yule kijana alipovua nguo, mtunza hamamu aliona sehemu ya siri ya yule kijana ni ndogo sana, na imejificha katikati ya mapaja yake – imetokeza kichwa tu - kwa ajili ya ule unene wake. Hapo yule mtunza hamamu alipiga mikono yake pamoja kwa mshangao na kumsikitikia yule kijana.

Kijana kuona vile, alimwuliza mtunza hamamu alilokuwa nalo hata akaonekana ana masikitiko vile. "Seyyid yangu," alijibu mtunza hamamu, "nakusikitikia wewe kwa sababu ya kuwa katika hali hiyo mbaya uliyomo. Kwa utajiri ulio nao, na uzuri wako wote, inaonekana huwezi kuwa na raha wakati wa kujamiiana na mwanamke kama wanaume wengine."

"Umesema kweli," alijibu yule kijana, akiongeza, "umenikumbusha jambo muhimu linalonikera siku zote."

"Jambo gani?" Aliuliza mtunza hamamu. Yule kijana alimjibu, "Hilo ulilolitaja! Tafadhali chukua dinar hii ukanitafutie mwanamke mmoja mzuri, nijaribu kuona kama kweli nitaweza kumridhisha."

Yule mtunza hamamu alimwendea mke wake, akamwambia, "Mpenzi wangu, kwenye hamamu leo amekuja mmoja wa vijana wa mawaziri mwenye sura ya kuvutia kama mwezi uliokomaa wa usiku wa kumi na nne. Lakini, kwa bahati mbaya, hana sehemu ya siri kama wanaume wengine. Yake ni ndogo mithili ya kidole kidogo, na imedidimia ndani! Niliuonea huruma ujana wake, akanipa dinar hii, akaniomba nikamtafutie mwanamke atakayemjaribu kuthibitisha uwezo wake. Mimi nafikiri wewe ndiye unayestahili fedha hizo kuliko mwanamke mwingine; na hakuna lolote litakalotokea kutokana naye, kwani mimi nitakuwa karibu kukulinda pindi kukitokea jambo lolote. Nenda ukakae naye kwa muda, umcheke, uichukue dinar hii inayotoka kwake."

Mke wake aliichukua ile dinar, akanyanyuka, akajipamba vilivyo, akavalia lebasi nzuri ya kuvutia. Hakika huyu mwanamke alikuwa mzuri wa sura na umbo. Alipojipamba vya kutosha, alitoka na mume wake, akampeleka kwa yule kijana, akawatia katika chumba kimoja faragha katika ile hamamu. Yule mwanamke alimtazama yule kijana akavutiwa na sura yake nzuri. Yule kijana naye, mara alipomwona yule mwanamke, moyo ulimwenda mbio kama farasi aliyetimuliwa masafa marefu! Mara ileile alinyanyuka, akaubana mlango, akamshika yule mwanamke, wakakumbatiana kimapenzi.

Mara ileile ile sehemu ya siri ya yule kijana ilinyanyuka na kuongezeka kimo, akamshika yule mwanamke, akaanza kufanya naye mapenzi kwa nguvu huku yule mwanamke akilia na kuhema na kujipindapinda chini ya yule kijana. Mume, mtunza hamamu, wakati wote huo, alikuwa amesimama nje nyuma ya mlango akisubiri litakalotokea baina yao; akaanza kuita, "Ewe Umm Abdullah, inatosha, toka sasa, kwani muda wa kwenda kumnyonyesha mtoto umewadia!" Yule kijana akajibu, "Nenda wewe ukamwangalie mwanao, urudi baadaye!" Lakini mke wake alitamka akimwambia yule kijana, "Nikiondoka na kukuacha, nitakata roho; kwa hiyo, ama nimwache mtoto afe kwa kulia, ama wacha mtoto alelewe yatima bila mama!"

Kwa hiyo, hakuachana na yule kijana mpaka kijana alipojiridhisha naye mara kadhaa! Wakati wote huo mume wa mke alikuwa amesimama pale mlangoni akimwita, akimsihi mkewe atoke huku akilia. Lakini hakuna aliyetoka mle chumbani. Mume aliendelea kusihi akisema, "Nitajiua!" Mpaka mwisho alipoona hana njia ya kumpata mkewe, na akiwa amejaa hasira na wivu, alikwenda juu ya lile jengo la hamamu, akajitupa chini, akafa!

"Zaidi ya hayo, Seyyid yangu," aliendelea waziri, "nimesikia kisa kingine kuhusu vitimbi vya wanawake."

"Ni kisa gani nacho hicho?" Aliuliza mfalme, na waziri alimsimulia kisa cha:

Mpango wa Mke
Kumdanganya Mume

Alikuwako mwanamke mmoja ambaye uzuri wake, nyakati hizo, haukuwa na kifani. Mwanamume mmoja mwasherati, alipomwona yule mwanamke, alimtaka. Kwa kuwa yule mwanamke alikuwa mwadilifu asiyetembea na wanaume wengine isipokuwa mume wake tu, alimkataa kabisa yule mwanamume.

Siku moja mume wa yule mwanamke alisafiri; hapo yule mwanamume ikawa kila mara anamtumia salamu yule mwanamke, lakini yule mwanamke hakumjibu. Mwisho, alimweleza ajuza mmoja aliyeishi maisha magumu, jinsi anavyomtaka yule mwanamke. Yule ajuza alimwambia, "Usiwe na wasiwasi; hakuna lolote la hatari litakalokupata; mimi nitakuletea huyo mwanamke." Yule mwanamume alimpa yule ajuza dinar, akaenda zake.

Siku ya pili yule ajuza alimwendea yule mwanamke, akaanza urafiki naye, akawa kila siku anamtembelea, anakula naye kifunguakinywa, na chakula cha jioni, na, akirudi kwake, aliwabebea wanawe chakula alichopewa na yule mwanamke. Waliendelea na urafiki wao huo mpaka mwisho wakawa wamezoeana, wanataniana mpaka ikawa ni vigumu kutengana. Ajuza aliendelea kuzoeana na yule mwanamke mpaka mwisho ikawa yule mwanamke hawezi kutengana na yule ajuza.

Ilitukia kuwa kila siku yule ajuza alimlisha makombo mbwa jike mmoja aliyekuwa akiishi katika mtaa wao mpaka yule mbwa alimzoea, akawa anamfuata kila anakokwenda. Siku moja alichukua mkate, akaujaza pilipili na siagi, akamlisha yule mbwa. Mara tu alipoula, yule mbwa alitokwa na machozi mengi machoni kutokana na ile pilipili kali, akawa, kama desturi, anamwandama yule ajuza, huku machozi yakimtiririka.

Yule mwanamke alipoona vile, alistaajabu, akamwuliza ajuza, "Mama, ni kitu gani kinachomliza huyu mbwa?" Ajuza alijibu, "Ah binti yangu, chake ni kisa cha ajabu sana. Ujue kuwa mbwa huyu, awali, alikuwa mwanamke mzuri aliyekuwa rafiki yangu mwandani. Alipendwa sana na kijana mmoja wa pale mtaani petu mpaka yule kijana akaugua. Kila alipompelekea taarifa amwonee huruma, yeye alikataa. Mimi nilimshauri, nikimwambia, 'Ewe binti yangu, mwonee huruma huyo kijana, umkubalie alitakalo.' Lakini hakufuata ushauri wangu mpaka mwisho yule kijana hakuweza kustahamili, akaenda akamweleza mganga mmoja, akamroga, akamgeuza kuwa huyu mbwa unayemwona. Alipoona lililompata, na hakuna yeyote wa kumwonea huruma isipokuwa mimi tu, alikuja kwangu, akaanza kuniramba miguu na mikono, akalia huku machozi yakimtiririka. Mara ileile nilimtambua, nikamwambia, 'Je, ni mara ngapi nilikuonya? Lakini hukutaka kufuata ushauri wangu.' Hata hivyo, nilimwonea huruma, nikamchukua. Hivi sasa, kila anapokumbuka ile hali aliyokuwamo awali, hulia kama hivi unavyomwona."

Yule mwanamke aliposikia vile, aliingiwa na wasiwasi, akasema, "Wallahi, mama yangu, umenitia woga kwa kisa hicho."

"Kwa nini, binti yangu?" Aliuliza yule ajuza. "Kwa sababu," alijibu yule mwanamke, "kuna kijana mmoja mzuri wa kuvutia aliyenipenda, na aliyekuwa akinitumia ujumbe mara kwa mara, lakini mimi sikumjibu; na sasa naogopa kupatikana na lile lililompata mbwa jike huyu."

"Ah binti yangu," alisema yule ajuza, "fuata ushauri wangu muhimu, kwani nakuogopea sana. Kama hujui anakoishi huyo kijana, nieleze alivyo ili nikakutafutie, nikuletee. Usimwumize mtu moyo akawa dhidi yako."

Basi yule mwanamke alimweleza ajuza jinsi huyo kijana alivyo, ajuza akimsikiliza kwa makini akijifanya hamjui huyo anayeelezwa, akasema, "Nitakapotoka nje, nitamwulizia na kumtafuta."

Lakini alipotoka kwa yule mwanamke, moja kwa moja alimwendea yule kijana, akamwambia, "Furahi kwani nimetumia ujanja, na yule mwanamke amekukubali. Kwa hiyo, njoo kesho mchana, unisubiri mwisho wa barabara hii, mpaka nitakapotokea, nikupeleke kwake, ambako kutwa kucha utakuwa naye faragha."

Kwa kauli hiyo, yule kijana alifurahi sana, akampa yule ajuza fedha za kutosha, akamwambia, "Nitakapojiridhisha naye, nitakupa tena fedha nyingine."

Yule ajuza alirejea kwa yule mwanamke, akamwambia, "Nimempata yule kijana na nimeongea naye juu ya lile jambo. Mimi naona ni kijana anayekustahili ambaye hatakutenda mabaya.

Nimeongea naye mpaka amekubali kuja kesho mchana wakati wa swala ya adhuhuri."

Yule mwanamke aliposikia vile, alifurahi, akasema, "Mama yangu, kama atatimiza ahadi yake, nitakupa dinar kumi."

"Usimtegemee mwingine isipokuwa mimi tu ndiye nitakayekufikisha kwake," alisema yule ajuza.

Siku ya pili, yule ajuza alimwambia yule mwanamke, "Tayarisha istaftahi na valia lebasi nzuri maridadi ya thamani kubwa pamoja na vito vyako, wakati nikienda kumchukua yule kijana."

Yule mwanamke alijipamba, akajitayarisha vilivyo, wakati yule ajuza ametoka kwenda kumtafuta yule kijana. Kwa kuwa yule kijana hakutokea, ikambidi yule ajuza amtafute, lakini hakumwona; halafu akajiambia, "Sasa nifanye nini? Je, hicho chakula anachokitayarisha yule mwanamke kiharibike, nami nikose ile zawadi niliyoahidiwa? La, haiwezekani; nitamtafutia bwana mwingine, nimpelekee."

Basi yule ajuza alizungukazunguka mabarabarani mpaka akamwona bwana mmoja mwenye sura ya kuvutia aliyevalia vizuri, aliyeonekana anatoka safarini.

Huyo, kusema kweli, alikuwa ni mume wa yule mwanamke; lakini yule ajuza hakujua. Alimwendea, akamwamkia, "Seyyid yangu, una njaa ya kula chakula kizuri na kunywa na msichana mzuri, maridadi, nadhifu, aliyejipamba, na aliye tayari kukupokea mikono miwili?"

"Huko ni wapi?" Aliuliza yule mume wa yule mwanamke.

"Kwangu," alijibu yule ajuza huku akimwongoza yule bwana mpaka nyumbani kwake mwenyewe, akabisha mlango. Yule mwanamke alifungua mlango, haraka akaingia ndani kujipamba zaidi, na kujinyunyiza uturi. Wakati huo yule ajuza alimwongoza mume mwenye nyumba mpaka chumba cha kupumzikia, akamkalisha. Baada ya muda, aliingia yule mwanamke, ambaye mara ileile alimwona mume wake, akatambua hali ilivyokuwa. Hata hivyo, hakushtuka bali mara ileile alijiwa na fikra ya kumlaghai mume wake, akatamka kwa hasira, "Hivi ndivyo kumbe unavyoiendesha ndoa yetu! Unawezaje kunifanyia jambo kama hili? Ujue kuwa, niliposikia unakuja, nilimwita huyu bimkubwa kukujaribu, nawe ukaingia katika mtego niliokutegea! Sasa nimethibitisha tabia yako. Sina imani nawe tena! Nilifikiri wewe ni mume mwaminifu kwangu, lakini sasa ni dhahiri kuwa umekuwa na uhusiano na wanawake wengine!"

Alipotamka maneno hayo, mke alitoa kiatu mguuni, akaanza kumpiga nacho mume wake kichwani, wakati mume akijaribu kutoa sababu na kumwapia kwa jina la Mwenyezi Mungu kuwa, hata siku moja katika maisha yake, hakuvunja uaminifu wake kwake kama vile anavyomtuhumu. Lakini mke alijifanya akilia, akiendelea kupiga kelele, na kumpiga mume wake kwa kiatu, akisema, "Jamani Waislamu njooni mnisaidie!" Mpaka mwisho mume alimziba mdomo kwa mkono, huku mke akimuuma.

Mume alijaribu kumbembeleza mkewe huku akimbusu mikono na miguu, wakati mke akiendelea kumshambulia. Mwisho, alimfanyia ishara yule ajuza kuja kumshika. Ajuza alimwendea mke, akambusu mikono na miguu na kumbembeleza mpaka akawapatanisha, wakaketi pamoja. Hapo mume akambusu mikono mke wake, akishukuru, akisema, "Mwenyezi Mungu Atakutuliza na Akupe mema kwa yote yale uliyonitenda!" Yule ajuza alistaajabishwa sana na ule werevu na ujanja wa yule mwanamke.

"Hivyo basi, Seyyid yangu," alisema yule waziri, "hiyo ni moja ya hila za wanawake."

Mfalme aliposikia kisa hiki, alishawishika nacho, akaachana na lile kusudi la kumwua mwanawe. Lakini siku ya tano, kipenzi chake alimjia tena huku ameshika mkononi kikombe kilichojaa sumu, akaita kwa sauti ya juu, akiomba msaada, huku uso na mashavu yamemwiva na kumbadilika rangi ya tunguli, akasema, "Ewe Seyyid yangu, ama utanifanyia haki kwa kunilipia kisasi dhidi ya mwanao, ama nitakunywa sumu iliyomo ndani ya kikombe hiki, nifilie mbali, na damu yangu itakuwa juu yako Siku ya Kiyama! Mawaziri wako wananisema kuwa mimi ni mwovu! Lakini hakuna waovu na wabaya kuliko wanaume. Je, umesikia kisa cha sonara na msichana mghani wa Kashmir?"

"Je, hicho nacho ni kisa gani?" Aliuliza mfalme; na kipenzi chake akamsimulia kisa cha ...

Sonara na Msichana Mghani
wa Kashmir[3]

Katika jiji moja la nchi ya Ajemi, alianza yule mtoto wa kike, aliishi sonara mmoja aliyependa sana wanawake na divai. Siku moja, wakati akiwa ndani ya nyumba ya rafiki yake mmoja, ukutani aliona mchoro wa mwanamke mmoja mzuri ambaye mfano wake alikuwa bado hajauona. Aliutazama ule mchoro mara kadhaa akiustaajabia uzuri wake, akaupenda kupita kiasi; akawa anaufikiria tu ule mchoro mpaka akaugua - inasemekana nusura afe!

Siku moja alitembelewa na rafiki yake mmoja, akaketi karibu yake, akataka kujua hali yake ilivyo, na lile lililosababisha ugonjwa wake. "Ah ndugu yangu," alijibu sonara, "linaloniuma ni mapenzi. Niliona mchoro wa sura ya mwanamke mmoja uliokuwa kwenye ukuta wa nyumba ya jamaa yangu mmoja, nikaupenda."

"Ujinga gani huo!" Alitamka mwenzake. "Unawezaje kuupenda mchoro uliochorwa ukutani, kitu kisichodhuru wala kisichokufaidia; kitu kisichoona wala kisichosikia; kitu kisichoshika wala kisichoshikwa?"

"Aliyeuchora ule mchoro," alisema sonara, "bila shaka aliuchora kwa kumwangalia mwanamke mwenye sura ile."

"Lakini inawezekana pia kuwa ameuchora mchoro huo kutoka kichwani mwake," alisema mwenzake.

"Kwa kila ilivyo," alitamka sonara, "nafa kwa ajili ya sura hiyo, na kama mwenye sura hiyo yuko duniani, namwomba Mwenyezi Mungu Asiichukue roho yangu kabla sijamwona."

Watu waliomtembelea walipotoka, walikwenda kumwulizia mchoraji wa ule mchoro, wakaambiwa kuwa amehamia mji mwingine. Walimwandikia barua wakimweleza juu ya rafiki yao, wakataka kujua kama ule mchoro aliuchora kutoka kichwani au aliuchora kwa kumwangalia mwenye ile sura. Aliwajibu kuwa aliuchora kwa kumwangalia mtoto wa kike mwenye sura ile ambaye, hivi sasa, ni mmoja wa waimbaji mashuhuri wa waziri wa Kashmir, katika nchi ya Bara Hindi.

---

[3]   Hiki nacho kimefanana kidogo na **Kisa cha Mahmud** kilichomo katika kitabu cha kwanza cha ALFU LELA U LELA.

Yule sonara aliposikia vile, alifunga safari, akaelekea Kashmir. Alipowasili, baada ya safari ndefu, alifanya urafiki na mwuza dawa mmoja mwenyeji wa lile jiji. Siku moja, walipokuwa wakitembea pamoja, alimhoji juu ya mfalme wao. Mwenyeji wake alimjibu, "Mfalme wetu ni mtenda haki katika utawala wake, na karimu kwa raia wake. Lakini hakuna jambo analolichukia kama uchawi na wachawi! Wachawi wanapokamatwa na kufikishwa mbele yake, huwafunga katika pango lililoko nje ya jiji, na kuwaacha humo wafe kwa njaa."

Halafu alimhoji juu ya mawaziri wa mfalme. Mwuza madawa alimwarifu habari za kila waziri, mpaka alipomtaja yule msichana mghani mashuhuri ambaye ni mwimbaji wa waziri fulani.

Sonara aliyakariri yote yale aliyoambiwa, akajua anakoishi huyo waziri, akasubiri siku chache, mpaka alipoutayarisha mpango aliotaka kuutekeleza. Usiku mmoja wakati mvua kubwa ikinyesha, ikifuatwa na radi na umeme, alichukua zana za wezi, akaelekea nazo kwenye nyumba ya yule waziri. Alipowasili, alichukua ngazi ya kamba yenye vishikilio vya chuma, akaipanda ile nyumba mpaka kwenye paa. Halafu alishuka ndani taratibu mpaka ukumbini, akaelekea mpaka kwenye sehemu ya wanawake ambako mwezi ulikokuwa ukiangaza. Humo alimwona msichana amelala kitandani, amejifunika shuka iliyonakshiwa kwa nyuzi za hariri. Kichwani pake na miguuni pake paliwaka mishumaa iliyokitwa kwenye vijiguzo vya dhahabu, na chini ya mto alioulalia palikuwa na kijaluba cha fedha mlimokuwa na vito vyake. Alimsogelea yule msichana, taratibu akamfunua ile shuka, akautazama uso wake. Mara ileile alitambua kuwa ni yule msichana aliyempenda na aliyekuwa akimsaka kote. Basi alitoa kisu, akamjeruhi kidogo takoni.

Yule msichana aliruka kwa maumivu; na alipomwona mwanamume amemwinamia na ameshika kisu mkononi, alifikiri amekuja kumwibia vito vyake. Basi alimwambia, "Chukua kijaluba hiki na vito vyote vilivyomo ndani yake, lakini, nakusihi, tafadhali usinidhuru, kwani ukinidhuru, hutafaidika na lolote!" Sonara alikichukua kile kijaluba, akatoka, akatoweka.

Asubuhi, alivaa lebasi ya kiwalii, akakichukua kile kijaluba, akaelekea nacho mpaka kwa mfalme. Alipofika mbele yake, aliibusu sakafu mguuni pake, akasema, "Ewe Seyyid yangu, mimi ninakutakia mema na kila la kheri; na ni mcha Mwenyezi Mungu, niliyesafiri kutoka nchi ya Khorassan. Nimevutiwa na taarifa nilizosikia juu ya wema wako na utawala wako wa haki. Nilipofika kwenye jiji lako jana jioni, nilikuta lango la jiji tayari limeshafungwa, nikajilaza nje. Lakini wakati nikisinzia, niliona wanawake wanne wakinijia, mmoja alikuwa amepanda ufagio, wa pili amepanda gudulia la mvinyo, wa tatu amepanda kigogo, na wa nne amempanda mbwa jike. Mara ileile nilitambua kuwa ni wachawi walioelekea jijini. Mmoja wao alinijia, akanipiga vibaya kwa teke na kwa mkia wa mbweha aliokuwa nao mkononi. Nilipata maumivu makali, nilichomoa kisu nilichokuwa nacho ubindoni, nikamjeruhi nacho takoni wakati aliponipa mgongo akitaka kukimbia.

Wakati akikimbia, alikiangusha kijaluba hiki nilichokiokota. Nilipokifungua, niliona mna vito hivi. Kwa kuwa mimi sina haja navyo, na ni mcha Mola, nimeona ni kheri nikuletee wewe, Seyyid yangu, uvichukue." Sonara alikiweka kile kijaluba mbele ya mfalme, akaenda zake.

Mfalme alikifungua, akatoa vito vyote vilivyokuwamo mle ndani, akavikagua kwa kuvigeuzageuza, akaona mkufu mmoja aliompa zawadi yule waziri aliyekuwa na yule msichana mghani. Mara ileile alimwita waziri, akamwuliza, "Je, huu si ule mkufu niliokupa?" Waziri aliutambua, akajibu, "Ndiyo, Seyyid yangu, na nilimpa msichana wangu mmoja mghani."

"Kamlete hapa mara moja!" Aliamrisha mfalme kwa hasira akifoka. Waziri alipomleta, mfalme alimwamrisha kwa kumwambia waziri, "Hebu mfunue nguo umtazame sehemu zake za nyuma kama ana kidonda au hana."

Waziri alifanya kama vile alivyoamrishwa, akaona ana kidonda takoni, akasema, "Ndiyo, Seyyid yangu, ana kidonda takoni."

"Bila shaka," alitamka mfalme, "huyu ni yule mchawi niliyeelezwa habari zake na yule walii!" Mara ileile aliamrisha yule msichana akafungiwe ndani ya lile pango la wachawi!

Usiku ulipoingia, na yule sonara alipojua kuwa mpango wake umefuzu, alielekea kule pangoni huku amechukua mfuko uliojaa dinar elfu moja, akaanza maongezi na mlinzi wa lile pango mpaka usiku wa manane. Hapo ndipo alipomwambia, "Ujue, ewe ndugu yangu, kuwa yule msichana aliyeletwa leo, hana kosa lile alilofungiwa humu; ni mimi ndiye niliyemsababishia yote haya." Halafu alimsimulia kisa chake chote, akiongeza, "Tafadhali, chukua mfuko huu wa dinar elfu moja, unipe huyo msichana niende naye kwetu. Hizo fedha zitakusaidia zaidi kuliko kumfungia huyu msichana humu. Zaidi ya hayo, Mwenyezi Mungu Atakubariki, na sisi sote tutakuombea Mola kwa usalama na mafanikio yako."

Mlinzi aliposikia vile, alistaajabu kwa ule ujanja wa yule sonara, akachukua zile fedha, akamfungulia yule msichana, akamkabidhi sonara kwa sharti kwamba hatabaki katika ile nchi bali atatoweka naye usiku uleule.

"Unaona basi, Seyyid yangu," alisema yule kipenzi chake, "vitimbi, na uovu wa wanaume? Mawaziri wako wanakuzuia bure kunifanyia haki dhidi ya mwanao. Lakini kesho mimi na wewe tutasimama mbele ya haki, na Mwenyezi Mungu Atanihukumia haki."

Mfalme aliposikia malalamiko yale, alitoa amri mwanawe auawe, lakini waziri wa tano alijitokeza mbele, akaibusu sakafu miguuni pa mfalme, akasema, "Ewe mfalme mtukufu, usifanye haraka kumwua mwanao, kwani mara kwa mara haraka hufuatwa na majuto; na mimi nakuogopea usije ukajuta kama alivyojuta bwana mmoja ambaye aslan hakucheka baada ya mkasa uliompata."

"Mkasa gani huo uliompata huyo bwana hata asicheke?" Mfalme alitaka kujua, na waziri akamsimulia kisa cha:

Mtu Ambaye Hakucheka Tena!

Kulikuwako tajiri mmoja aliyemiliki ardhi kubwa, majumba, bidhaa nyingi tofauti, watumwa, na watumishi chungu nzima. Alipokufa, alimwacha mwana mmoja tu ambaye, alipokua na kufikia umri wa utu uzima, aliingilia mambo ya starehe na anasa, akapoteza utajiri wake wote kwa kutoa zawadi kwa marafiki zake. Alipoishiwa na fedha zote taslim, alianza kuuza watumwa wake, ardhi yake, na yale majumba yake yote, akaendelea kufuja zile fedha kwa starehe na anasa mpaka akaishiwa kabisa akawa fukara wa kuombaomba, na kufanya kazi ya kibarua ili apate kuishi.

Aliendelea kuishi hivyo kwa muda wa mwaka mmoja mpaka siku moja, wakati alipokuwa amekaa chini ya ukuta mmoja akisubiri wa kumwajiri, alijiwa na bwana mmoja mtu mzima, akamwamkia. Yule kijana alimwitikia, akamwuliza, "Mjomba, ulinijua hapo awali?" "La, mwanangu," alijibu yule bwana, "sikukujua hata kidogo. Lakini, nikikutazama, naona una dalili ya malezi mazuri ingawa hivi sasa unaonekana umo katika hali hiyo uliyomo."

"Mjomba," aliuliza yule kijana, "una kazi yoyote unayoweza kunipa nikakufanyia?" Yule mtu alimjibu, "Ndiyo, nataka kukuajiri kwa kukupa kazi rahisi."

"Kazi gani hiyo?" Aliuliza yule kijana; na yule mtu akamjibu, "Nina wazee kumi katika nyumba yangu lakini hatuna wa kutuhudumia. Kama utafanya kazi hiyo, tutakupatia maakuli, nguo, fedha, na mahitaji yako mengine; na bila shaka Mwenyezi Mungu Atakujaalia utaridhika na kurudia hali yako ya awali."

"Nakubali kwa moyo wangu wote," alijibu yule kijana.

"Lakini," alisema yule mtu, "nitakupa kazi hiyo kwa sharti moja." "Sharti gani?" Yule kijana alitaka kujua, na yule mtu alimwambia, "Mwanangu, itakubidi ufiche siri yetu kwa lile utakaloliona tukilitenda; ukiona tunalia, usituulize sababu ya kulia kwetu."

"Nimekubali, mjomba," alijibu yule kijana.

"Kama umekubali," alisema yule mtu, "haya basi twende, mwanangu, kwa uwezo wa Mwenyezi Mungu!"

Basi alimfuata yule mzee mpaka kwenye hamamu alikomlipia kuoga, halafu alimnunulia nguo nzuri, akaivaa, akampeleka mpaka kwenye nyumba kubwa iliyokuwa na vyumba vya kupumzikia vilivyoelekeana na kumbi kubwa, kila ukumbi ukiwa na chemchemi ya maji, ambapo palikuwa na ndege wakirukaruka huko na huko wakiimba. Na kila chumba kilikuwa na madirisha makubwa kwa kila upande yakielekea kwenye bustani.

Yule mzee alimwingiza katika moja ya vile vyumba kilichokuwa na sakafu ya marumaru ya rangi tofauti iliyokuwa na mabusati. Dari ya kila chumba ilipambwa kwa nakshi za dhahabu. Humo aliwakuta wazee kumi waliovaa nguo zinazovaliwa wakati wa huzuni na msiba. Wazee hao walikuwa wameelekeana, wakilia na kuomboleza. Yule kijana alistaajabishwa na vile vitendo vyao; akataka kujua sababu lakini mara ileile alikumbuka lile sharti, akauzuia mdomo wake.

Yule mzee aliyemleta, alimkabidhi mfuko uliokuwa na dinar elfu thelathini, akamwambia, "Mwanangu, fedha hizi zitumie kwa matumizi yetu sisi na yako; uwe mwaminifu, na usisahau ile ahadi ya kutofichua siri ya yale utakayoyashuhudia humu."

"Nimesikia na natii," alijibu yule kijana.

Basi aliwahudumia usiku na mchana mpaka mmoja wa wale wazee akafariki dunia. Wazee wenzake walimwosha, wakamtia sanda, wakamzika kwenye bustani iliyokuwa nyuma ya ile nyumba. Kifo hakikukoma kwa huyo mzee mmoja bali mmoja baada ya mwingine ya wale wazee nao walikufa mpaka akabaki yule aliyemwajiri. Wao wawili peke yao ndio waliendelea kuishi mle kwa muda wa miaka kadhaa. Hakuna mwingine yeyote aliyekuja kuwa nao isipokuwa Mwenyezi Mungu, mpaka yule mzee wa mwisho naye akaugua.

Alipoona hali ya yule mzee si nzuri, yule kijana alimwambia, "Mjomba, nimewahudumia kwa uaminifu kwa muda wa miaka kumi na miwili bila kukosekana kazini hata siku moja; wakati wote huo nikiwa mwaminifu kwenu."

"Kweli mwanangu," alijibu yule mzee, "na umetuhudumia vizuri sana mpaka wenzangu wote wakaenda kwenye rehema ya Mwenyezi Mungu tunakoelekea sote."

"Seyyid yangu," alisema yule kijana mhudumu, "kwa kuwa naona hali yako si nzuri, ningependa sasa uniambie sababu ya kulia na kuomboleza kwenu kote kule nilikoshuhudia."

"Mwanangu," alijibu yule mzee, "hilo halikuhusu kulijua; kwa hiyo, usinilazimishe kufanya jambo nisilotaka kulifanya, kwani nimeweka nadhiri kwa Mwenyezi Mungu kuwa sitamfunulia mtu yeyote siri hiyo asije naye akapatikana na yale yaliyonipata mimi na yaliyowapata wale wenzangu marehemu waliotutangulia. Kama unataka kuepukana na yale yaliyotupata sisi, usiufungue mlango ule pale," hapo akamwonyesha kwa mkono mlango mmoja wa ile nyumba, halafu akaendelea kusema, "lakini kama unataka kupatikana na yale yaliyotupata, ufungue, nawe utajua sababu ya yale uliyoona tukiyafanya. Utakapojua, utajuta majuto ambayo hayarudishi yaliyopita."

Ugonjwa wa yule mzee uliongezeka siku baada ya siku. Siku zake zilipotimia, aliiaga dunia, akaelekea kwa Mwumba wake. Yule kijana alimwosha kwa mikono yake mwenyewe, akamtia sanda, akamzika pale karibu na wale wenzake, akamiliki kila kilichokuwa mle nyumbani kwa kufuatana na wosia wa yule mzee. Lakini kila mara alikumbuka kauli ya yule mzee iliyomtia wasiwasi, mpaka siku moja, wakati ameketi akitafakari juu ya kauli ya yule mzee, kwamba asiufungue ule mlango, mara alijiwa na hamu ya kuuona huo mlango. Basi alinyanyuka, akaelekea kule alikoelekezwa na yule mzee marehemu, akafika kwenye pembe yenye giza totoro ambayo haikutembelewa, akaona mlango mdogo ambako buibui aliweka utando wake. Huo mlango ulikuwa umefungwa kwa kufuli nne. Hapo akakumbuka lile onyo la yule mzee, akajizuia, akaenda zake.

Kwa muda wa siku saba hakuusogelea ule mlango ingawa, wakati wote huo, moyoni alikuwa na hamu ya kuufungua. Siku ya nane alishindwa kujizuia, akatamka, "Lolote litakalotokea, litokee, ni lazima niufungue nione kilichomo na kitakachonipata! Hakuna anayeweza kulizuia lililoandikwa na Mwenyezi Mungu, kwani liandikwalo, ndilo liwalo."

Alipotamka maneno hayo, alinyanyuka, akaenda, akazivunja zile kufuli nne, akaufungua ule mlango, akaingia ndani, akajikuta amesimama kwenye kinjia alichokifuata kwa muda wa saa tatu nzima. Mwisho, alitokea kwenye ufukwe wa bahari kubwa, akawa anatembea ufukweni, akiistaajabia ile bahari (ambayo awali hakujua kuwa ilikuweko); akawa anageuka kulia na kushoto mpaka, ghafla, alishukiwa na tai mkubwa aliyemnyakua kwa makucha yake makali, akaruka naye kati ya mbingu na ardhi, mpaka akamfikisha kwenye kisiwa kimoja kilichokuwa katikati ya bahari kuu, akamtua, halafu yule tai akaruka, akimwacha peke yake pale kisiwani akiwa na kiwewe, asijue pa kwenda wala la kufanya.

Baada ya muda, wakati amekaa chini akitafakari la kufanya, aliona tanga la merikebu iliyokuwa katikati ya bahari, kama nyota mbinguni. Moyo ulimwenda mbio, akitumaini itamwokoa. Aliendelea kuikodolea macho, mpaka ilipofika karibu, akaona imetengenezwa kwa pembe za ndovu na mti wa mpingo, na imepambwa kwa nakshi ya dhahabu, ikiwa na makafi ya msandali. Ndani ya merikebu hiyo mlikuwa na wasichana kumi wazuri ajabu mithili ya mwezi unaong'aa, ambao, walipomwona, walishuka ufukweni, wakamwendea, wakambusu mikono, wakimwambia, "Wewe ndiye mfalme, bwana arusi!"

Halafu alijiwa na msichana mwingine aliyekuwa mzuri zaidi aliyekuwa akinawiri mfano wa jua kwenye mbingu isiyo na mawingu, huku ameshikilia mfuko wa hariri ambamo mlikuwa na joho la kifalme, na taji la dhahabu lililokuwa na yakuti na zumaridi, na lulu. Alimtupia yule kijana lile joho alivae, akamvisha lile taji kichwani, halafu wale wasichana wengine walimshika mikono, wakamwongoza mpaka kwenye ile merikebu iliyopambwa kwa mazulia ya hariri na ya rangi mbalimbali. Walipoipanda, ile merkebu ilitweka matanga, ikaelekea bahari kuu.

Walipokuwa wakielekea naye baharini, yule kijana alifikiri anaota; hakujua walikokuwa wakimpeleka. Baada ya muda, walikaribia nchi kavu, pwani aliona askari waliovalia sare za chuma waliojipanga sambamba. Walikuwa wengi kupita kiasi. Merikebu ilipotia nanga, na walipofika nchi kavu, walimletea yule kijana farasi watano wenye matandiko ya hariri na hatamu zenye vito vya tunu. Alimchagua mmoja, akampanda, na wale wengine wanne wakaongozwa mbele yake. Wale askari walinyanyua mabango na bendera mbele na juu yake, huku wale askari wakijipanga kila upande wake. Waliondoka kwa mshindo wa ngoma na mabaragumu, wakati yeye akijiuliza kama amelala au yuko macho, kwani hakuamini yote yale yaliyokuwa yakitendeka machoni pake, mpaka walipofika kwenye shamba kubwa lenye makasri na bustani yenye kuzungukwa na miti, chemchemi za maji, na maua ya kila rangi, huku ndege wakiimba na kumsifu Mwenyezi Mungu Mmoja.

Walipokaribia, katika yale makasri mlitokea jeshi lenye idadi ya utitiri, wakajaa kote. Lile jeshi lilisimama mbali kidogo nao, akatokea mfalme akiongozwa na wakuu wake. Alimwendea yule kijana, akashuka, na yule kijana naye alishuka, wakaamkiana kwa heshima. Halafu yule mfalme alimwambia yule kijana, "Tufuate, kwani wewe ni mgeni wangu."

Basi walipanda tena farasi wao, wakaendelea na safari yao huku wakiongea mpaka walipofika kwenye kasri la kifalme. Walishuka, na yule mfalme alimshika mkono yule kijana, akamwingiza ndani ya lile kasri, nyuma wakifuatwa na wafuasi wa mfalme. Walipoingia ndani, walimkalisha kwenye kiti cha enzi cha dhahabu, na mfalme naye akaketi karibu yake. Mfalme aliondoa mkanda ulioziba uso wake. Kumbe yule mfalme alikuwa msichana mzuri aliyenawiri mithili ya jua la mchana lisilokuwa na mawingu! Hapo akamwambia yule kijana ambaye, wakati huo, alikuwa ameduwaa kwa ule uzuri wa yule mtoto wa kike! "Ewe mfalme," alitamka yule mtoto wa kike, "ujue kuwa mimi ni malkia wa nchi hii, na jeshi lote lile uliloliona – la wapanda farasi au la watembea kwa miguu – wote ni watoto wa kike. Hakuna mwanamume hata mmoja kati yao, kwani katika nchi yetu hii, wanaume hufanya kazi ya kulima na kuvuna mazao, na hujishughulisha na kazi nyingine ngumu za kiwiliwili, wakati wanawake hutawala na hujishughulisha na nchi na jeshi."

Yote haya yalimstaajabisha yule kijana kupita kiasi. Wakati wakiongea vile, mara aliingia mwanamke mmoja mtu mzima mwenye mvi tele kichwani aliyeonekana mwenye mamlaka, akaambiwa kuwa ni waziri. Malkia akamwambia yule waziri wake, "Kaniletee Kadhi na mashahidi!"

Yule mwanamke waziri alipotoka, malkia alimgeukia yule kijana, akaanza naye mazungumzo kirafiki, akimwambia asione haya wala asiogope, akisema, "Unaridhika kunichukua mimi kama mkeo wa halali?"

Yule kijana alinyanyuka, na alikuwa tayari kumwangukia na kuibusu ardhi mbele yake, lakini malkia alimkataza. Hapo kijana akamjibu, "Ewe Seyyidati, mimi ni mmoja wa watumishi wako wa mwisho!" Ndipo malkia alipomwambia, "Unaona watumishi wote hawa, na askari, na utajiri wote huu?" "Ndiyo," alijibu.

malkia akaendelea, "Vyote hivi viko chini ya mamlaka yako, isipokuwa ule mlango pale. Huo usiufungue aslan, ama sivyo utajuta; na majuto hayatakusaidia kitu."

Alipomaliza kusema hayo, yule mwanamke waziri aliingia tena, akifuatwa nyuma na Kadhi na mashahidi, wote wakiwa wanawake wazee wenye busara na heshima, wakiwa na nywele ndefu zilizojaa mvi zilizowafika mabegani. Malkia aliamrisha ndoa baina yake na yule kijana ifungwe. Ndoa ilipofungwa, karamu kubwa iliandaliwa iliyohudhuriwa na wanajeshi wote. Walipokula na kunywa, bwana na bibi arusi waliingia ndani.

Yule kijana aliishi na yule malkia kwa raha na starehe nyingi kama mfalme! Baada ya miaka saba siku moja aliufikiria ule mlango aliokatazwa kuufungua, akajiambia, "Kama hamna hazina kubwa na nzuri zaidi kuliko yoyote niliyowahi kuiona, nisingekatazwa kuufungua!"

Basi alinyanyuka kutoka pale alipoketi, akaufungua ule mlango. Mara, lo! Nyuma ya ule mlango alikuwako yule ndege mkubwa tai aliyemleta kule kwenye kile kisiwa! Ndege akamwambia, "Amma kweli aliyelaaniwa, hana mafanikio!"

Aliposikia vile, yule kijana alitoka mbio mle ndani, lakini yule tai alimwandama, akamshika kwa makucha yake makali, akaruka naye kati ya mbingu na ardhi kwa muda wa saa nzima mpaka akamtua pale mahali alipomchukua awali, akaruka, akatoweka angani!

Aliporudiwa na akili, kijana akakumbuka yale maisha ya hali ya juu ya kifalme aliyokuwa akiishi, na raha na starehe zote zile alizokuwamo, ambazo sasa amezipoteza. Hapo akalia na kuomboleza. Watu hunena, 'Majuto ni mjukuu, huja baadaye!'

Aliishi pale pwani ufukweni alipoachwa na yule ndege kwa muda wa miezi miwili, akitumaini atarejea kwa mke wake malkia; lakini wapi! Alikaa pale akiwaza na kuwazua! Mara akasikia sauti ikisema, "Furaha na raha nyingi ilioje ile uliyokuwamo! Sasa uko mbalimbali kabisa na kule ambako sasa muda wake umeshapita!"

Aliposikia vile, majuto yake yaliongezeka, akakata tamaa ya kumpata tena mke wake, na ile raha na starehe aliyokuwamo katika ile nchi ya ajabu. Alirejea kulekule katika ile nyumba ya awali alikoishi na wale wazee marehemu, huku amevunjika moyo, akaishi kama walivyoishi wao, akitambua sababu iliyowafanya wale wazee wawe katika ile hali waliyokuwamo: ya kulia na kuomboleza; akawasikitikia.

Akiwa amejaa huzuni na majuto, yule kijana aliingia katika chumba chake, akawa na yeye analia na kuomboleza. Hakuacha kulia na kuomboleza – bila kucheka tena hata siku moja! – mpaka naye alipokufa, akazikwa pale walipozikwa wale wazee.

"Unaona, Seyyid yangu," aliendelea waziri, "matokeo ya haraka haraka! Haraka huleta majuto. Kwa hiyo, nakupa ushauri mwema: usifanye haraka ya kumwua mwanao!"

Mfalme aliposikia kisa cha yule waziri wake, aliachana na ile fikra ya kutaka kumwua mwanawe. Lakini siku ya sita, alijiwa tena na yule kipenzi chake, huku ameshikilia kisu wazi mkononi, akasema, "Ewe Seyyid yangu, ujue kuwa usiposikiliza malalamiko yangu, na kulinda heshima yako dhidi ya mawaziri wako walioungana kunidhuru mimi, nitajiua kwa kisu hiki, na damu yangu itakuwa juu yako Siku ya Kiyama. Wote wanadai kuwa wanawake ni waovu, wenye vitimbi, watumiao ujanja ili usinitendee mimi haki. Lakini nitakuhakikishia kuwa wanaume ndio waovu zaidi kuliko wanawake kwa kukusimulia kisa cha mwana mfalme mmoja, na jinsi alivyompata mke wa mfanyabiashara."

"Mwana mfalme huyo alimpataje mke wa mfanyabiashara huyo?" Aliuliza mfalme; ndipo yule kipenzi chake alipomsimulia kisa cha ...

Mwana Mfalme na Mke wa Mfanyabiashara

Mfanyabiashara mmoja mwenye wivu sana alikuwa na mke mzuri ajabu. Kwa sababu ya ule wivu aliokuwa nao, hakutaka kuishi na mke wake katika mji wowote bali alimjengea kasri mbali na jiji, na mbali na jengo lolote, akalizungusha kwa ukuta mkubwa mrefu, na milango madhubuti aliyoifunga kwa kufuli kubwa ngumu. Na kila alipokwenda jijini kikazi, aliifunga ile milango, na funguo alizozitunga kwa mkufu, alizining'iniza shingoni.

Siku moja wakati yule mfanyabiashara aliposafiri ughaibuni, mwana mfalme wa ile nchi alitoka jijini kwenda kupunga upepo nje ya jiji, akafika pale lilipojengwa lile kasri, akalikagua. Katika kulitazamatazama, alimwona yule mwanamke mzuri amesimama dirishani akiangalia nje. Mwana mfalme alivutiwa naye, akataka kukutana naye, lakini hakuweza kwa sababu ya yule mwanamke kufungiwa mle ndani. Basi alimwambia mmoja wa watumishi wake amletee kalamu, karatasi na wino, akamwandikia barua yule mwanamke, akimweleza jinsi alivyompenda. Halafu alichukua mshale, akaitundika ile barua kwenye ncha ya ule mshale, akaufyetua kule juu kwenye lile kasri, ukaangukia kwenye bustani ambako yule mwanamke alipendelea kutembeatembea na wajakazi wake. Mwanamke alipoiona, alituma mmoja wa wajakazi wake aende haraka akamletee ile barua. Alipoyasoma yaliyoandikwa na yule kijana, alimjibu kwa kumwandika barua kuwa, hata yeye, amempenda, na ana hamu sana ya kukutana naye.

Aliitupa ile barua kupitia dirisha moja lililokuwa kwenye ule ukuta mrefu wa kasri. Mwana mfalme aliipokea ile barua, akaisoma, akaenda chini ya lile dirisha, akamwambia yule mwanamke, "Nishushie kamba ili nikufungie ufunguo, ukae nao." Yule mwanamke alifanya kama vile alivyomwambia.

Kutoka pale, mwana mfalme alimwendea mmoja wa mawaziri wa baba yake, akamweleza jinsi anavyompenda yule mwanamke, na kwamba hawezi kuishi bila yeye. Waziri akamwuliza, "Sasa unataka nifanye nini?"

"Nataka unitie ndani ya sanduku, unifungie humo, halafu ulipeleke kwa mfanyabiashara mwenye lile kasri, umwambie kuwa ni sanduku lako, na unataka akuhifadhie katika kasri lake la kule shamba kwa muda wa siku chache. Jambo hilo litaniwezesha kukutana na yule mwanamke. Baada ya muda huo, utadai tena sanduku, halafu utalichukua, mimi nitatoka humo." Waziri alikubali, akamwambia atafanya kwa moyo wake wote hivyo anavyotaka.

Basi mwana mfalme alirejea kule kwao, akaingia katika sanduku lenye kufuli ya ule ufunguo aliomkabidhi yule mwanamke. Waziri alilifunga kwa ile kufuli, akalipakia kwenye gari lililokokotwa na punda, akaelekea nalo mpaka kwenye lile kasri la yule mfanyabiashara.

Mfanyabiashara alipomwona waziri, alimwendea haraka, akambusu mikono, akamwambia, "Je, mheshimiwa, waziri wetu ana jambo gani maalumu lililomleta kwetu tumtekelezee?"

"Ndiyo," alijibu waziri, akiongeza, "nitashukuru sana kama utaniwekea sanduku langu hili mahali faragha katika jumba lako hili mpaka nitakapokuja kulichukua mwenyewe."

Mfanyabiashara aliwaamrisha wachukuzi wake walibebe, wakaliweke katika moja ya ghala zake. Waziri alipoondoka, mfanyabiashara naye alielekea mjini kufanya shughuli zake. Alipotoweka tu, mke wake aliliendea lile sanduku, akalifungua kwa ule ufunguo aliopewa, na mwana mfalme akatoka.

Mwanamke alipomwona yule kijana mwana mfalme, alikwenda kuvalia lebasi nzuri ya kitajiri, akamwongoza mpaka katika chumba cha kupumzikia. Waliishi pamoja kwa muda wa siku saba, wakila, wakinywa, wakiyafurahia maisha pamoja. Lakini kila mume aliporejea nyumbani, yule kijana aliingia ndani ya lile sanduku, na yule mwanamke alilifunga na kuuficha ufunguo.

Siku moja mfalme alitaka kujua mwanawe aliko; yule waziri alikwenda haraka kwa mfanyabiashara, akalitaka sanduku lake. Mfanyabiashara naye alifanya haraka kwenda kwenye kasri lake wakati asiotazamiwa, akabisha mlango. Mke alipotambua ni mumewe anayebisha, alimwambia mwana mfalme, haraka, akaingie ndani ya lile sanduku! Kwa kuwa alishtushwa, na kwa ile haraka aliyokuwa akimhimiza yule kijana, yule mwanamke alisahau kulifunga sanduku kwa ile kufuli. Mfanyabiashara aliwaamrisha wachukuzi wake walibebe hadi kazini kwake kule jijini. Walishika sehemu ya mlango wa lile sanduku, na ule mlango ukafunguka, wakamkuta mwana mfalme mle ndani!

Mfanyabiashara alipomwona, alimtambua, akamwendea yule waziri, akamwambia, "Ingia ndani ukamchukue mwana mfalme; kwani hakuna mmoja wetu anayethubutu kumfanya lolote."

Waziri aliingia ndani, akamchukua mwana mfalme, akaenda naye. Mara tu walipotoweka, mfanyabiashara alimwacha mke wake, akaapa kuwa hataoa tena maishani mwake!

"Na nimesikia watu wakisimulia kisa kingine," alisema yule kipenzi chake.

"Kisa gani nacho hicho?" Mfalme aliuliza; na yule kipenzi chake akamsimulia kisa cha ...

Mhudumu Aliyejifanya Anaelewa Lugha za Ndege

Bwana mmoja mwenye nafasi nzuri kifedha, alikwenda kwenye soko la kuuzwa watumwa, akamwona kijana mmoja akiuzwa. Alimnunua, akampeleka kwake, akamfanya mhudumu wa ndani aliyesimamiwa na mke wake. Siku moja yule bwana alimwambia mke wake, "Kesho nenda mpenzi wangu, kwenye bustani ukapumzike, ukajifurahishe." Mke akajibu, "Shukran, mume wangu, nitafanya hivyo."

Yule mhudumu aliposikia vile, kwa siri, alipika vizuri nyama, akatayarisha na vinywaji na matunda na vitamutamu vingine, akaelekea navyo usiku mpaka kwenye bustani. Nyama aliificha chini ya mti, kinywaji chini ya mti mwingine, matunda na vile vitamutamu akavificha chini ya miti mingine karibu na mahali ambapo alijua yule mke atapita.

Asubuhi ya pili, mume alimwambia yule mhudumu aongozane na mke wake hadi huko kwenye bustani. Mke alipanda farasi, na mhudumu akafuata nyuma.

Wakati wakitembea, kunguru mmoja alilia, na yule mhudumu akasema, "Unasema kweli!" Yule mwanamke akamwuliza, "Umeelewa yale aliyosema yule kunguru?" "Naam, Seyyidati," alijibu mhudumu. "Amesema: 'Chini ya mti ule pana nyama, nendeni mkaile.'"

Yule mwanamke alikwenda kule kwenye ule mti alikoelekezwa na yule mhudumu, akaona sahani iliyofunikwa yenye nyama iliyopikwa vizuri, akahakikisha kuwa yule kijana kweli anaelewa lugha ya ndege, akastaajabu sana. Waliila ile nyama, wakaendelea zaidi huku mke akijifurahisha kwa mandhari ya bustani. Mara yule kunguru alilia tena mara ya pili, na yule mhudumu akajibu tena, "Umesema kweli."

"Amesema nini?" Aliuliza tena yule mwanamke, na yule kijana akamjibu, "Seyyidati, anasema chini ya mti ule mwingine pana gudulia ya mvinyo mzuri wa kale na gudulia ya sharbati ya waridi."

Yule mwanamke alielekea kule kwenye mti, na alipoona mvinyo na sharbati, alimwangalia yule kijana kwa mshangao mkubwa! Mara yule kunguru alilia tena, na yule kijana akasema, "Sawa!"

Mwanamke akauliza tena, "Amesema nini sasa?" "Amesema chini ya ule mti mwingine pale, pana matunda na vitamutamu."

Walielekea kule mtini, wakakuta yote yale aliyosema, wakakaa chini wakala. Halafu walitembea mpaka yule kunguru alipolia tena kwa mara ya nne. Hapo yule kijana alichukua jiwe akamvurumishia nalo mpaka yule kunguru akaruka, akatoweka. Mwanamke akamwuliza tena, "Na sasa amesema nini hata ukachukua jiwe ukataka kumwua?"

"Ah, Seyyidati," alijibu yule mhudumu kijana, "amesema nisiloweza kukuambia." "Sema tu alilosema!" Aliamrisha yule mwanamke, "Usiogope wala usione haya, kwani hakuna lolote kati yetu."

Lakini yule kijana aliendelea kukataa. Mwanamke alipozidi kusisitiza aambiwe lile alilosema yule kunguru, na kumsihi yule kijana amwambie, mhudumu alijibu huku ameinamisha kichwa chini, "Kunguru amesema, 'Fanya na huyo mwanamke kama yale anayoyafanya na mume wake.'"

Mwanamke kusikia vile, aliangua kicheko, akacheka mpaka akaanguka chini kimgongomgongo, akasema, "Hilo ni jambo dogo, na mimi sikukukasirikia."

Alipotamka maneno hayo, alikwenda kwenye mti mmoja mkubwa wenye kivuli, akatandika kivulini busati walilokuja nalo, akajinyoosha pale, akamwita yule kijana afanye vile alivyosema yule ndege. Mara alitokea mume wake aliyekuwa akiwafuata nyuma bila wao kujua. Alipoona mkewe amelala pale, alimwita yule mhudumu, akamwuliza, "We kijana, memsab amepatikana na nini hata akalala hapo kivulini akilia?"

"Seyyid yangu," alijibu mhudumu, "alianguka kutoka mtini, nusura afe. Lakini Mwenyezi Mungu Amemnusuru! Hapo ndipo alipojinyoosha kivulini apumzike; na analia kwa sababu ya maumivu!"

Mke naye kumwona mume wake amemsimamia pale, alinyanyuka, akajifanya mnyonge asiye na nguvu kwa ajili ya maumivu, akiguna, "Aah mgongo wangu, aah mbavu zangu! Njoo njooni mnisaidie! Sidhani nitapona kwa ajili ya maumivu haya niliyo nayo!"

Hivyo basi, mume aliyedanganywa, alimtuma yule mhudumu, akamletea farasi, akampandisha mke wake, akampeleka nyumbani huku yule kijana ameshika hatamu akimwongoza farasi na mume aliyefuata nyuma akisema, "Inshaallah Mwenyezi Mungu Atakujaalia, utapona, mpenzi wangu!"

"Hiyo basi, Seyyid yangu," alisema yule kipenzi chake, "ni moja ya hila za wanaume. Kwa hiyo, usiwasikilize mawaziri wako kwa kutonitimizia mimi haki yangu."

Alipotamka hayo, yule mwanamke alianza kulia, na mfalme alipoona akilia vile (kwani alikuwa ni kipenzi kuliko masuria wake wengine wote), kwa mara nyingine tena, aliamrisha mwanawe auawe. Lakini waziri wa sita, aliibusu ardhi miguuni pake, akasema, "Mwenyezi Mungu Ampe umri mrefu mfalme wetu mtukufu! Mimi ni mshauri wako mwaminifu, Seyyid yangu. Nakushauri ulifikirie sana jambo hili kuhusu mwanao; kosa ni sawa na moshi utowekao, na ukweli ni kama ngome madhubuti; na mwangaza huondoa giza la uwongo. Ujue hila na vitimbi vya wanawake ni vikubwa. Nimesikia kisa cha mwanamke mmoja aliyewadanganya - kwa njia ya ajabu - viongozi wa serikali moja."

"Mwanamke huyo aliwadanganya vipi?" Aliuliza mfalme; na waziri akamsimulia kisa cha ...

Mwanamke Mmoja
na Wapenzi Wake Watano

Binti wa mfanyabiashara mmoja aliolewa na bwana mmoja aliyesafiri mara kwa mara. Siku moja mume alisafiri mbali, akakaa huko kwa muda mrefu. Huko nyuma, mkewe, kwa ajili ya upweke, alipendana na kijana mmoja mzuri aliyeendelea kuwa na uhusiano naye wa kimapenzi.

Ilitukia kuwa, yule kijana siku moja aligombana na bwana mmoja aliyemshtaki, akakamatwa, akatiwa korokoroni na mkuu wa polisi. Habari zilipomfikia yule mwanamke, alijipamba vizuri, akavalia lebasi ya kitajiri, akaandika malalamiko yake, akaelekea nayo kwa mkuu wa polisi. Alipofika, alimwamkia, akamkabidhi malalamiko yake kuhusu kufungwa kwa yule kijana ambaye, alisema, ni ndugu yake aliyeshtakiwa bila kosa, na kwamba hana mtu mwingine wa kumsaidia yeye, mtoto wa kike, isipokuwa huyo kijana. Kwa hiyo, alimsihi yule mkuu wa polisi amwachie ndugu yake.

Mkuu wa polisi aliposoma ile hati, alimtupia jicho yule mwanamke, akavutiwa naye, akampenda, akamwambia, "Ingia ndani tuongee, halafu nitamleta nduguyo mbele yangu; nawe nitakuita, uje umchukue uende naye."

"Seyyid yangu," alijibu yule mwanamke, "mimi sina mwingine yeyote isipokuwa Mwenyezi Mungu. Mimi ni mgeni katika jiji hili, na kwangu si vizuri kuingia katika nyumba za watu."

Mkuu wa polisi alimwambia, "Sitamwachilia nduguyo mpaka uingie nyumbani mwangu; hapo ndipo nitakapomwachia."

"Kama ni lazima iwe hivyo," alitamka yule mwanamke, "basi bora wewe uje kwangu, upumzike kutwa, ulale."

"Nyumba yako iko wapi?" Aliuliza mkuu wa polisi. Yule mwanamke alimwelekeza iliko.

Alipotoka mle, alimwacha mkuu wa polisi amezidiwa na mahaba, yeye akaelekea moja kwa moja mpaka kwa hakimu mkuu wa jiji, akamwambia, "Ewe Seyyid yangu hakimu, nakusihi liingilie kati shauri langu, na Mwenyezi Mungu Atakujaalia upate mema na kila la kheri!" Hakimu akamwuliza, "Ni nani aliyekukosea?" Naye akamjibu, "Seyyid yangu, hapa duniani sina mtu yeyote isipokuwa ndugu mmoja tu; nimekuja kwako kwa sababu yake yeye. Mkuu wa polisi amemtia ndani kwa jambo ambalo hakulifanya. Kwa hiyo, nakusihi uliingilie kati."

Kadhi alipomwangalia yule mwanamke na kuona uzuri wake, alimpenda, akamwambia, "Ingia ndani upumzike kidogo na wajakazi wangu wakati nikipeleka amri kwa mkuu wa polisi amwachie huyo ndugu yako. Na kama kuna malipo yoyote, mimi nitamlipia kwa sharti kwamba, nawe uwe mwema kwangu, kwani umenivutia. Kama hutaki kuingia ndani, basi nenda zako."

"Seyyid yangu," alijibu yule mwanamke, "kama hivyo ndivyo unavyotaka, ni bora, na ni salama zaidi nyumbani kwangu kuliko kwako, kwani hapa kwako kuna wajakazi na watumishi wengi, na watu wengine chungu nzima wanaoingia ndani na kutoka nje. Hakika, mimi ni mwanamke ambaye sikuzoea hayo unayoyataka nikutimizie. Kwa kuwa sasa sina budi kufanya hivyo, nitafanya."

"Nyumba yako iko wapi?" Kadhi alitaka kujua. Yule mwanamke alimwelekeza, akamwambia afike kwake wakati uleule aliomwambia yule mkuu wa polisi.

Halafu alielekea moja kwa moja mpaka kwa waziri, akamkabidhi hati ya malalamiko yake ili aachiliwe yule kijana mpenzi wake anayejifanya ni ndugu yake. Waziri naye alimtaka kimapenzi, akimwambia, "Kama unakubali nifanye nawe mapenzi, nitamwachilia ndugu yako."

"Kama ni hivyo," alijibu yule mwanamke, "tafadhali njoo kwangu ambako ni bora kwa usalama wako na wangu; si mbali. Unajua jinsi sisi wanawake tunavyopenda kujitayarisha kwa usafi na kwa kujipamba."

"Nyumba yako iko wapi?" Aliuliza waziri, naye akamwelekeza, akamwambia afike wakati uleule aliowaambia wale wawili waliomtangulia.

Alipoondoka pale, alielekea kwa mfalme wa ile nchi, akamsimulia naye kile kisa chake, akataka amsaidie aachiliwe.

"Ni nani aliyemtia ndani huyo nduguyo?" Aliuliza mfalme, naye alimjibu kuwa mkuu wa polisi ndiye aliyemfunga.

Mfalme aliposikia ile sauti yake na kuona uzuri wake, alivutiwa naye, akamwambia aingie ndani ya kasri lake, halafu atamwandikia Kadhi amwachie ndugu yake.

"Ah Seyyid yangu," alijibu yule mwanamke, "hilo ni jambo rahisi kwako - nikubali nisikubali! Kama mfalme ananitaka, hiyo imekuwa ni bahati nzuri kwangu kupendwa na mfalme; lakini kama atakuja kwangu, atakuwa amenifanyia heshima kubwa."

"Hatutakukatalia ombi lako hilo," alitamka mfalme.

Basi mwanamke alimwelekeza anakoishi, akamwambia afike wakati uleule aliowaambia wale wengine watatu.

Kutoka kwa mfalme, yule mwanamke alimwendea seremala mmoja, akamwambia, "Nataka unitengenezee kabati moja kubwa, madhubuti, lenye sehemu nne, moja juu ya nyingine, na kila sehemu iwe na mlango wake na kufuli yake. Niambie bei nami nitakulipa." "Ujira wangu," alijibu seremala, "ni dinar nne. Lakini, bibi mwema," aliongeza seremala, "kama ukinikubali niwe mpenzi wako wa mara moja, sitataka ujira wowote kutoka kwako."

"Kama hivyo ndivyo utakavyo," alisema yule mwanamke, "basi nitengenezee hilo kabati lakini liwe na sehemu tano, kila sehemu iwe na mlango wake na kufuli yake."

"Bila shaka yoyote," alijibu seremala kwa furaha, akimwambia, "Kaa, Seyyidati, nami nitakumalizia hilo kabati sasa hivi; nikilimaliza, nitakuja kwako tukutane."

Basi yule mwanamke alikaa, wakati yule seremala akilitengeneza lile kabati kwa haraka; na alipolimaliza, yule mwanamke aliajiri wachukuzi wampelekee kwake, akaliweka vizuri pembeni. Halafu alitoa lebasi nne, akazipeleka kwa mtia rangi azitie rangi tofauti. Halafu alirejea nazo nyumbani, akaanza kutayarisha maakuli, vinywaji, matunda, maua, na uturi mzuri wa kunukia sana.

Ule wakati wa miadi ulipowadia, yule mwanamke alijipamba vilivyo, akajinyunyizia uturi wa kunukia sana, akakipamba chumba kwa mabusati tofauti ya kitajiri, akakaa kimya akimsubiri atakayefika kwanza. Wa kwanza kuwasili, alikuwa ni Kadhi; na mwanamke alipomwona, alinyanyuka, akaibusu sakafu miguuni pake, akamkalisha karibu yake, naye akakaa karibu ya yule mtoto wa kike, akaanza kumshikashika.

Wakati Kadhi alipotaka kumkumbatia, yule mwanamke alimwambia, "Seyyid yangu, ondoa kilemba na uvue nguo, uvae joho hili la rangi ya hudhurungi na kitambaa hiki kichwani, wakati mimi nikienda kutayarisha maakuli na kinywaji. Ukishakula, ndipo tutakapostarehe."

Alipotamka maneno hayo, Kadhi alivua nguo zake, na yule mwanamke alizichukua, akamwacha Kadhi avae lile joho na kile kitambaa. Mara mlango ulibishwa, na Kadhi akauliza, "Ni nani huyo?"

"Ni mume wangu!" Alijibu yule mwanamke.

"Tutafanya nini sasa?" Aliuliza Kadhi kwa wasiwasi na woga mwingi, "na nitakwenda wapi?"

"Usiogope," alijibu yule mwanamke, "nitakuficha ndani ya lile kabati!"

"Fanya haraka hivyo unavyoona!" Alitamka Kadhi huku akitetemeka na jasho jembamba likimtoka.

Yule mwanamke alimshika mkono akamwongoza mpaka kabatini, akamtia ndani ya moja ya zile sehemu, akaufunga mlango kwa nje.

Halafu yule mwanamke alielekea mlangoni kulikogongwa, akamkuta mkuu wa polisi. Aliibusu sakafu miguuni pake, akamwingiza ndani kwenye chumba cha kupumzika, akamkalisha, akimwambia, "Seyyid yangu, hii ni nyumba yako na mimi ni mtumishi wako, na utaipitisha nami siku nzima ya leo. Kwa hiyo, vua nguo ulizovaa uvae hili joho jekundu kwani ni la kulalia."

Alipozivua, mwanamke alizichukua zile nguo zake, akamvalisha lile joho jekundu, na kichwani tambara alilokuwa nalo pale. Halafu alimkalisha kochini, akaanza kumshikashika mpaka joto lilipompanda mkuu wa polisi, akataka kumshika, ndipo yule mwanamke alipomwambia, "Seyyid yangu, siku ya leo ni siku yako; hakuna mwingine yeyote atakayeshirikiana nawe, lakini kwanza, kwa heshima yako, niandikie hati ya kumwachilia ndugu yangu ili moyo unitue."

"Nimesikia na natii," alijibu mkuu wa polisi huku amepandwa na mahaba bila kiasi. Alimwandikia barua mtunza hazina wake amwachilie upesi yule kijana – tena bila kuchelewa! – na bila kuuliza wala kujibu swali lolote! Halafu aliifunga vizuri ile barua, akamkabidhi yule mwanamke ambaye alianza kumchezeachezea mkuu wa polisi kwa kumshikashika hapa na pale.

Mara mlango uligongwa tena, na mkuu wa polisi akauliza, "Ni nani huyo?"

"Ni mume wangu!" Alijibu yule mwanamke akionyesha wasiwasi.

"Nitafanya nini sasa?" Aliuliza mkuu wa polisi kwa woga, na yule mwanamke alimjibu, "Ingia ndani ya kabati lile mpaka nitakapofanya mpango wa kumtoa nje, upate kutoka!"

Basi alimwingiza ndani ya sehemu ya pili ya lile kabati, akamfungia kwa nje. Wakati wote huo yule Kadhi alikuwa akisikiliza yote yale yaliyokuwa yakitendeka.

Alipokwenda tena mlangoni kuufungua, waziri aliingia. Mwanamke, kama awali, aliibusu sakafu miguuni pake, akampokea kwa heshima kubwa, akisema, "Seyyid yangu, hizi nguo ulizovaa pamoja na kilemba, ni mavazi ya kiwaziri yanayovaliwa wakati wa kazi. Zivue uvae joho hili hafifu linalofaa kwa wakati wa kupumzika ukistarehe!"

Waziri alizivua haraka nguo alizozivaa pamoja na kile kilemba chake, akavaa joho la rangi ya samawi na kofia ndefu nyekundu, akakalishwa kochini, akaanza kushikwashikwa na yule mwanamke. Waziri alipotaka kumvamia, yule mwanamke alimwambia, "Seyyid yangu, subiri kidogo kwani hakuna litakalokukimbia!"

Mara ileile mlango uligongwa tena, na waziri akauliza kwa kushtuka, "Nani anagonga mlango?"

"Bila shaka ni mume wangu!" Alijibu mwanamke huku akijitetemesha!

"La haula!" Alimaka waziri kwa woga, akauliza, "Tutafanya nini sasa?"

"Usiogope, Seyyid yangu," alijibu mwanamke, "ingia ndani ya lile kabati mpaka nitakapofanya mpango wa kumtoa nje nikurudie nikutoe!"

Basi alimtia ndani ya sehemu ya tatu ya lile kabati, akaubana mlango kwa nje, halafu akaelekea tena kule mlangoni kulikogongwa kwenda kuufungua. Alikuwa ni mfalme mwenyewe aliyesimama wima pale kizingitini kama mlingoti!

Alipomwona mfalme, yule mwanamke aliibusu sakafu miguuni pake, akamshika mkono, akamwongoza mfalme mpaka katika kile chumba cha kupumzikia, akamkalisha kwenye kochi, halafu akamwambia, "Ewe Seyyid yangu, umetufanyia heshima kubwa! Kama tungekuletea dunia nzima na kila kilichomo ndani yake kama zawadi, haiwezi kulinganishwa na hatua yako moja uliyochukua kuja kwetu! Tafadhali nipe ruhusa ya kusema neno moja."

"Sema lolote ulitakalo," alijibu mfalme, na yule mwanamke akasema, "Seyyid yangu, jipumzishe uhisi uko kwako kwa kuondoa kilemba kichwani na kuvua hiyo lebasi nzito uliyoivaa."

Mfalme alivua nguo zake zote zilizogharimu dinari zaidi ya elfu moja, akavishwa joho kuukuu lisilogharimu hata dirham kumi, akakalishwa kwenye sofa, yule mwanamke akaanza kumtomasatomasa hapa na pale wakati wale waungwana mle kabatini wakisikiliza yote yale yaliyokuwa yakipita pale; lakini hawakuthubutu kutamka neno lolote. Mfalme aliuweka mkono wake shingoni pa yule mwanamke akijaribu kumpapasapapasa, lakini yule mwanamke alimwambia, "Seyyid yangu, hili ni jambo ambalo halikukimbii. Mimi nimepania kukufurahisha na kukutumbuiza katika chumba hiki kwa lolote litakalokuridhisha!"

Alipotamka maneno hayo, mara mlango uligongwa tena, mfalme akauliza, "Ni nani huyo?"

"Ni mume wangu, Seyyid yangu!" Alijibu mwanamke, na mfalme akaamrisha, "Kamwambie aondoke aende zake kwa hiari ama sivyo nitamwendea na kumfukuza kwa nguvu!"

"La, Seyyid yangu!" Alijibu yule mwanamke. "Uwe na subira mpaka nitakapomwondoa mimi mwenyewe kwa hila zangu, kwani huyo ni mume wangu!"

"Utamwondoa vipi?" Mfalme alitaka kujua. Mwanamke alimshika mkono, akamwingiza ndani ya lile kabati, akamfungia kwa nje, akimwambia asubiri.

Mwanamke alikwenda kwenye mlango, akaufungua, seremala akaingia, akamsalimu yule mwanamke. Mwanamke akamwuliza kwa kukasirika, "Umenitengenezea kabati la namna gani hili?"

"Kwani lina nini, Seyyidati?" Seremala aliuliza kwa mshangao mkubwa akitaka kujua, na mwanamke akamjibu, "Sehemu ya juu ni ndogo tena nyembamba sana!"

"Haiwezekani!" Alijibu seremala; lakini mwanamke alisisitiza, "Hebu kaingie uone; haina upana wa kukutosha hata wewe!"

"Ni pana kuwatosha hata watu wanne!" Alijibu seremala huku akiingia mle kabatini kumthibitishia. Mara ileile yule mwanamke aliubana mlango kwa nje, akamfungia seremala. Halafu aliichukua ile barua iliyoandikwa na mkuu wa polisi, akampelekea mweka hazina wake. Mweka hazina alipoisoma, alimfungulia yule kijana bila kuuliza swali lolote. Walipotoka nje, yule mwanamke alimsimulia mpenzi wake yale yote yaliyojiri, hapo kijana kauliza, "Sasa tutafanya nini?" "Tutalihama hili jiji na kutokomea kwingine!"

Alijibu yule mwanamke, "kwani hapa hapatufai sasa baada ya yote yale yaliyotokea."

Basi walifungasha vitu vyao vyote, wakavipakia kwenye ngamia, wakatokomea kwingine!

Huku nyuma, wale waungwana watano walibaki kabatini kutwa bila kula, bila kunywa chochote mpaka mwisho yule seremala, aliyekuwa juu, hakuweza kuzuia mkojo. Alimkojolea kichwani mfalme, na mfalme akamkojolea waziri aliyekuwa chini yake, na waziri naye akamkojolea kichwani mkuu wa polisi, ambaye naye alimkojolea Kadhi!

Mkojo ulipomwagikia Kadhi, alipiga kelele, akisema, "Uchafu gani huu? Haya tuliyokwishayakabili humu hayatoshi mpaka mtukojolee?"

Mkuu wa polisi aliitambua sauti ya Kadhi, akatamka, "Mwenyezi Mungu Akubariki, ewe Kadhi mkuu!"

Kadhi aliposikia vile, naye alimtambua mkuu wa polisi: lakini kabla hajasema lolote, mkuu wa polisi alipaza sauti, akisema, "Una maana gani unapotaja uchafu?"

Mfalme aliposikia ile sauti, alizuia pumzi kuficha siri yake. Hapo waziri akasema, "Mwenyezi Mungu Amlaani huyu mwanamke kwa kututendea haya! Amewaleta humu wakuu wote wa nchi isipokuwa mfalme tu!"

Mfalme aliposikia sauti ya waziri, alipaza sauti, akasema, "Nyamaza! Mimi ndiye wa kwanza kuingia katika mtego wa huyu mwanamke laana!"

"Na mimi nimekosa nini, jamani?" Aliuliza seremala aliyefungiwa juu, akiongeza, "Mimi ndiye niliyemtengenezea hili kabati kwa dinar nne tu, na nilipokuja hapa kufuata ujira wangu, amenifanyia ujanja wa kuniingiza humu, akanifungia kwa nje!"

Wote walianza kuongea, kumpunguzia mfalme hasira na aibu. Baada ya muda, majirani waliofika pale nyumbani, waliona nyumba haina mtu; wakaambiana, "Lakini jana mke wa jirani yetu alikuwako; mbona sasa hamna sauti yoyote inayotoka humo ndani? Hebu tuuvunje mlango tutazame; pengine amepatikana na kitu, ama sivyo, mfalme au mkuu wa askari atakaposikia, tunaweza kufungwa, tukajuta kutotoa taarifa mapema."

Waliuvunja mlango wakaingia ndani mpaka kwenye kile chumba cha kupumzikia, walikoliona lile kabati, wakasikia watu wakinung'unika mle ndani kwa ajili ya njaa na kiu. Mmoja wa majirani alitamka, "Jamani, mna jini mle kabatini?" "Tukakusanye kuni tulitie moto!" Alipendekeza mwingine.

Kadhi aliposikia vile, aliwapigia kelele, akisema, "Msifanye hivyo!" Majirani wakaambiana, "Lo, huyu jini anajifanya mwanadamu na kusema kwa sauti ya kiume!"

Kuwahakikishia kuwa wao *si* majini, Kadhi alinukuu aya fulani za Qur'an Tukufu, akawaambia wale majirani, "Tafadhalini, likaribieni kabati!"

Majirani walilikaribia, na ile sauti mle ndani ikasema, "Mimi ni Kadhi Mkuu fulani bin fulani," halafu aliendelea kuwataja majirani aliowatambua, akisema, "na wewe ni fulani; sisi tuliomo humu tuko kikundi!"

Majirani waliuliza, "Imekuaje hata mkawa humo ndani?"

Wale waliokuwa kabatini, ikawa hawana budi kusema ukweli. Wakawasimulia yote yale yaliyotokea: toka awali hadi akhiri.

Wale majirani walikwenda kumleta seremala mwingine aliyeifungua ile milango mitano, akawatoa wote: kadhi, waziri, mkuu wa askari, mfalme, na yule seremala; na walipoona jinsi walivyoonekana, waliangua kicheko wakachekana, kwani yule mwanamke alichukua nguo pia akatoweka nazo!

Kabla ya kuondoka walituma watu waende wakawaletee nguo nyingine kutoka makwao, wakazivaa kusitiri uchi wao! Walitoka mle wakaenda zao.

"Kwa hiyo, Seyyid yangu," alisema yule waziri, "unaona jinsi vitimbi vya wanawake vilivyo dhidi ya wanaume? Na nimesikia pia kisa cha ...

Mtu Aliyeona Leylatul Qadr

Mtu mmoja ambaye siku zote alitamani sana kushuhudia usiku wa *Leylatul Qadr*, usiku mmoja alitazama mbinguni, akawaona malaika na lango la mbinguni likiwa wazi, akashuhudia viumbe vyote vilivyokuwamo mle vikimsujudia Mwenyezi Mungu. Hapo akamwambia mke wake, "Mwenyezi Mungu Amenijaalia nimeona usiku wa Leylatul Qadr, na nimesikia sauti kutoka katika ulimwengu usioonekana ikiniambia kuwa nitakubaliwa maombi matatu. Sasa unanishauri niombe nini?" Mke wake alimjibu, "Ujue kuwa ukamilifu wa mwanamume, na raha zake, ziko kwenye uume wake. Kwa hiyo, mwombe Mwenyezi Mungu Akuongezee ukubwa wa uume wako."

Yule mtu alitoka nje, akanyanyua mikono juu mbinguni, akatamka, "Ewe Mwenyezi Mungu, niongezee ukubwa wa uume wangu!"

Alipotamka tu kauli hiyo, uume wake uliongezeka ukubwa, ukawa kama buyu akashindwa kukaa, wala kusimama, wala kutembea! Na alipojaribu kumwendea mke wake kimapenzi, mke alimkimbia! Hapo akamwambia mke wake, "Ewe mwanamke uliyelaaniwa, sasa nitafanya nini ilhali wewe ndiye uliyetaka niombe hivi?"

"La, mimi sikutaka ukubwa wa namna hiyo," alijibu mke wake. "Mwombe Mwenyezi Mungu Apunguze ukubwa."

Yule mtu alinyanyua tena mikono juu, akasema, "Ewe Mwenyezi Mungu, niondolee ukubwa huu!"

Mara ileile uume wake ulififia ukatoweka, akawa hanao tena na pale mahali pake pakawa patupu!

Mke wake alipoona vile, alitamka, "Mimi sina haja nawe tena kwa sababu huna uume!"

"Yote haya yametokea kwa sababu yako wewe!" Alijibu mume kwa hasira, akiongeza, "Mimi nilijaaliwa kuwa na uwezo wa kukubaliwa na Mwenyezi Mungu maombi ambayo yangeniwezesha kupata mema ya ulimwengu huu, na ya ahera ijayo. Sasa maombi mawili yameshatoweka bure bilashi kwa sababu ya matakwa yako wewe; sasa nimebakiwa na moja tu!"

"Mwombe Mwenyezi Mungu Akurudishie uume wako kama ulivyokuwa awali," alisema mke.

Mume alipoomba tena, ule uume wake wa awali ulimrudia. Yule mwanamume alipoteza yale matakwa matatu kwa kufuata ushauri mbaya wa mwanamke.

"Ewe Seyyid yangu," alisema waziri, "nimekueleza hayo ili usifuate ushauri wa wanawake baada ya kusikia upotovu wa ushauri wao. Kwa hiyo, wasikushawishi ukamwua mwanao, mpenzi wa moyo wako, ukajuta baadaye."

Mfalme aliyasikiliza maneno ya waziri, akaachana na ile fikra ya kumwua mwanawe. Lakini siku ya saba, yule mwanamke, kipenzi chake, alimwendea tena mfalme huku akifoka, akiwasha moto mbele ya mfalme, akijifanya kama anataka kujitupa mle motoni. Watu waliokuwa karibu walimzuia, wakamsimamisha mbele ya mfalme aliyemwuliza, "Kwa nini unafanya hivyo?" Naye alimjibu, akisema, "Kama hukunitendea haki dhidi ya mwanao, nitajitupa motoni, na kukufanya wewe uadhibiwe Siku ya Kiyama, kwani nimechoka na maisha. Na kabla ya kuja hapa, nilikwishaandika wosia wangu, nikavitoa sadaka vitu vyangu vyote, nikakata shauri kufa. Na wewe utajuta kama alivyojuta mfalme aliyemwadhibu mwanamke mcha Mungu."

Mfalme alilpouliza sababu ya huyo mfalme kumwadhibu huyo mwanamke mcha Mungu, yule mwanamke alimsimulia kicha cha ...

Mkufu Ulioibwa

Alikuwako mwanamke mmoja mcha Mungu sana aliyeachana na mambo yote ya ulimwengu isipokuwa kumcha Mola wake tu. Mwanamke huyo alikuwa na tabia ya kufika katika kasri la mfalme mmoja ambamo, wakazi wake waliomheshimu sana wakitegemea kupata baraka zake kwa kuwatembelea mara kwa mara.

Siku moja aliingia katika lile kasri, kama ilivyokuwa kawaida yake, akakaa karibu na malkia. Malkia alimkabidhi mkufu wake wa thamani, akamwambia, "Tafadhali nakwenda kuoga; nishikie mkufu wangu huu."

Malkia aliingia katika *beta raha*, na yule mwanamke mcha Mungu aliuweka ule mkufu kwenye mswala wa kuswalia, akaanza kuswali. Wakati akiswali kwa nia na kwa mawazo yake yote huku amefumba macho, alikuja kunguru, akaunyakua ule mkufu (bila kuonekana na mtu), akaruka nao, akauficha ndani ya ufa wa ukuta wa lile kasri.

Malkia aliporudi kutoka katika beta raha, aliutaka ule mkufu wake; yule mcha Mungu alitazama huko na huko lakini hakuuona wala hakuweza kueleza jinsi ulivyotoweka; hapo yule mwanamke mcha Mungu akaapa, akamwambia malkia, "Binti yangu, wallahi hakuna yeyote aliyekuwa nami hapa. Uliponikabidhi ule mkufu, niliuweka hapa kwenye mswala; na sijui kama mmoja wa watumishi ameuona na kuuchukua wakati nikiswali; Mwenyezi Mungu tu ndiye Ajuaye ulikotowekea!"

Mfalme aliposikia yaliyotokea, alikasirika, akaamrisha yule mwanamke ahojiwe wakati akiadhibiwa vikali kwa kuchomwa moto na kupigwa. Basi aliteswa kwa kila namna ya mateso, lakini hawakuweza kumfanya yule mwanamke akubali kusema ule mkufu uliko. Mwisho, mfalme aliamrisha afungwe mnyororo, atiwe korokoroni.

Siku moja, baada ya yote hayo kutokea, wakati mfalme amebarizi na malkia kwenye roshani huku wakifurahia maji ya bwawa la marumaru likipandisha na kushusha maji kwenye bustani yao, alimwona kunguru akiingia kwenye ufa ukutani, akatoka na ule mkufu. Alipoona vile, alimwita mjakazi mmoja aliyekuwa akiwahudumia, na yule mjakazi, baada ya kuamrishwa, aliwahi kumnasa yule kunguru, akamnyang'anya ule mkufu. Hapo mfalme akajua kuwa yule mwanamke mcha Mungu aliadhibiwa bure bila kosa lolote. Alijuta kwa yale aliyomtenda, akamwendea, akamfungua mnyororo, akambusu kichwa, akamwomba radhi huku akilia. Mfalme aliamrisha yule mwanamke apewe utajiri mkubwa, lakini yule mcha Mungu alikataa kupokea chochote. Hata hivyo, alimsamehe mfalme, akaenda zake akiapa kuwa aslan hataingia tena katika nyumba ya mtu! Akawa anaendelea kumcha Mola wake akitembea milimani na mabondeni, mpaka kufa kwake.

"Mfano mwingine wa vitimbi na uovu wa wanaume," aliendelea yule kipenzi wa mfalme, akisema, "nimesikia ikielezwa kisa cha ...

Njiwa Wawili

Njiwa wawili, jike na dume, walikusanya nafaka nyingi, wakazihifadhi katika kiota chao wakati wa majira ya baridi. Majira ya joto yalipowadia, zile nafaka zilinyauka, zikapungua ukubwa. Njiwa dume alipoona vile, alimwambia mwenzake, "Wewe ndiye uliyekula nafaka hata zikapungua hivi."

"Hapana," alikana mwenzake, "mimi sikuzigusa!"

Lakini yule njiwa dume alimpiga mwenzake kwa mbawa zake, akamdonoadonoa kwa mdomo wake mkali mpaka akamwua mwenzake.

Majira ya baridi yalipoanza tena, zile nafaka zilivimba tena, zikaongezeka kimo, zikawa kama zilivyokuwa awali. Hapo njiwa dume akajua kuwa amemwua mwenzake kwa ubaya na uovu aliokuwa nao, akajuta wakati majuto hayasaidii yale yaliyopita. Basi alilala karibu ya mwenzake, akilia na kuomboleza kwa huzuni na masikitiko; akaacha kula na kunywa mpaka akaugua, naye akafa.

"Lakini," aliongeza yule mwanamke, "najua kisa cha uovu wa wanaume ambacho ni cha aina ya pekee kuliko hivyo nilivyokueleza."

"Hebu tukisikilize," alisema mfalme; na yule mwanamke akaanza kusimulia kisa cha ...

Behram, Mwana Mfalme wa Ajemi
na Binti Mfalme Ad-Datma

Palikuwa na binti mfalme mmoja aliyeitwa Ad Datma ambaye uzuri wake haukuweza kulinganishwa na uzuri wa sura, umbo, na tabia ya msichana mwingine yeyote wa nyakati zake; na hakuna aliyemshinda kupanda farasi, wala kupigana kwa kutumia silaha kama upanga au mkuki. Mwana mfalme yeyote aliyemposa, alimwambia, "Anayetaka kunioa, ni sharti kwanza anishinde uwanjani kwa kupambana nami kwa silaha. Akinishinda, nitakubali anioe; lakini nikimshinda, nitachukua farasi wake na vazi lake, na silaha yake, na nitamtia alama usoni isomekayo, 'Huyu ni mtu aliyeachwa huru na Ad Datma.'"

Wana wafalme mashujaa kutoka kila pembe walijitokeza, lakini aliwashinda wote, akawaaibisha hadharani, akawanyang'anya lebasi zao, silaha zao, akawatia alama usoni. Siku moja mwana mfalme wa wafalme wa Persia, aliyeitwa Behram, alisikia habari za binti mfalme huyo, akafunga safari kwenda kupambana naye, huku akiongozana na wapanda farasi wake waliosheheni kila kilichohitajika kwa ile safari ndefu, pamoja na zawadi za tunu na hazina tosha.

Alipolikaribia jiji la huyo binti mfalme, Behram alitanguliza ujumbe uliobeba zawadi ya thamani. Mfalme wa ile nchi alitoka kwenda kumpokea. Baada ya muda, mwana mfalme Behram alimtuma waziri wake akafikishe posa yake ya kutaka kumwoa binti mfalme Ad Datma. Lakini mfalme alimjibu, akisema kuwa yeye hana uwezo wa kumshawishi binti yake Ad Datma kuolewa na mtu, kwani ameapa kuwa hataolewa na yeyote isipokuwa atakayemshinda kupambana naye kivita uwanjani hadharani.

"Hiyo ndiyo sababu iliyonifanya nifunge safari ndefu nije huku," alijibu mwana mfalme Behram.

"Kama ni hivyo," alisema mfalme, "kesho, Inshaallah, utakutana naye."

Siku ya pili, mfalme alituma taarifa kwa binti yake, naye alijitayarisha kivita. Raia waliposikia litakalojiri, walihudhuria uwanjani kushuhudia mapambano hayo. Binti mfalme alitokea amempanda farasi wake huku ameshikilia imara silaha yake. Mwana mfalme naye alitokea ameshikilia vema silaha yake kupambana na binti mfalme. Halafu walikabiliana, wakapambana vikali, wakiendeshana huko na huko kwa muda; mwisho binti mfalme alipoona jinsi mwana mfalme alivyokuwa mkali kuliko yeyote aliyewahi kupambana naye, aliingiwa na woga wa kuadhiriwa hadharani, kwani aliona amezidiwa. Ikambidi atumie akili na ujanja. Basi aliufichua uso wake mzuri alioufunika madhubuti hapo awali, Behram akauona ule uzuri wake uliokuwa mithili ya mwezi wa usiku wa kumi na nne, akaingiwa kiwewe, akapungukiwa na nguvu. Binti mfalme kuona vile, alitumia fursa ile, akamshambulia vikali Behram bila mwana mfalme kutazamia, akamwangusha kutoka juu ya farasi wake, akashindwa, akaingia mikononi mwa binti mfalme kana kwamba ni ndege mdogo aliyenaswa na tai bila kujua lililompata! Binti mfalme, kama ilivyokuwa kawaida yake, alimchukua farasi wake, vazi lake, silaha zake, akamtia alama usoni, akamwacha aende zake.

Alipopata nafuu kutoka katika lile pigo, Behram alibaki ndani siku kadhaa bila kula wala kunywa akitafakari la kufanya dhidi ya yule binti mfalme ingawa alimpenda. Jambo la kwanza alilolifanya ni kumwandikia baba yake barua aliyomkabidhi mmoja wa watumwa wake, akimwarifu kuwa hawezi kurudi nyumbani mpaka atakapofanikiwa kumpata binti mfalme au kufa kwa sababu yake.

Baba yake alipoisoma ile barua, aliingiwa na wasiwasi juu ya mwanawe. Alikuwa tayari kutuma jeshi kwenda kupambana na mfalme wa ile nchi, lakini waziri wake alimshawishi asifanye hivyo, awe na subira, amwachie Mwenyezi Mungu.

Huko nyuma, mwana mfalme alikuwa akifanya mpango wa kulipata lile lililomleta kwa kujibadili na kujifanya mzee. Alipojibadili sura na mavazi, alielekea kwenye bustani ambako binti mfalme alikuwa na tabia ya kuitembelea takriban kila siku. Huko alimtafuta mtunza ile bustani, akamwambia, "Mimi ni mgeni ninayetoka mbali na, toka ujana wangu, nimekuwa nikifanya kazi ya bustani mpaka nikawa hodari kuliko mwingine yeyote. Mimi naweza kuitunza miti, kuikuza vizuri, na kuizalisha matunda na maua tofauti."

Mtunza bustani aliposikia vile, alifurahi sana kupata mtaalamu kama yule mzee, akamkaribisha bustanini, akawaarifu wale waliokuwa chini yake. Mwana mfalme alijishughulisha kwa bidii kufanya kazi ya ile bustani.

Siku moja wakati alipokuwa akijishughulisha, aliona watumwa wakiingia mle huku wakiongoza nyumbu waliobeba mabusati na vyombo, akawauliza madhumuni yao. Walimjibu kuwa binti mfalme ndiye aliyekuwa akija kupumzika.

Aliposikia vile, haraka Behram alielekea kule alikofikizia kwenda kuchukua johari na vito vingine alivyokuja navyo kutoka kwao Ajemi, akakaa navyo chini bustanini, akavipanga mbele yake, huku akijifanya anatetemeka kwa uzee. Mara kundi la watoto wa kike na matowashi waliingia, katikati yao akiwemo binti mfalme akinawiri mithili ya mwezi wa usiku wa kumi na nne ulio katikati ya nyota! Wale wasichana walitawanyika bustanini, wakichuma matunda na maua. Baada ya muda, walimwona mwana mfalme amekaa chini ya mmoja wa ile miti. Walimwendea, wakamwona mzee aliyekuwa akitetemeka mikono na miguu, na mbele yake pana vito na mapambo ya thamani. Walistaajabu, wakamwuliza alilokuwa akilifanya pale na vile vito.

"Nataka kumnunulia mmoja wenu nimfanye mke wangu," aliwajibu. Walimcheka, wakamwambia, "Kama mmoja wetu akikubali kuolewa nawe, utamfanya nini?"

"Nitampa busu moja la shavuni," aliwajibu, "halafu nitamwacha aende zake."

Binti mfalme alimwambia, "Kama ni hivyo, nakupa msichana huyu umwoe."

Behram alinyanyuka, akamwendea msichana huku akijifanya anatetemeka na kujikwaa kwa uzee, akishikilia gongo. Alimbusu msichana, akampa vito vichache. Yule msichana alifurahi, wakaondoka, wakaenda zao huku wakicheka.

Siku ya pili, wale watoto wa kike walifika tena bustanini, na walipomwona mwana mfalme (waliyefikiri ni mzee!) amekaa chini palepale pa jana, na mbele yake pana vito vingi zaidi ya vile vya jana, walimwendea, wakamwambia, "Ewe babu, unataka kuvifanya nini vito hivyo?" Aliwajibu, "Nataka kumwolea mmoja wenu kama jana." Binti mfalme alimwambia, "Nitakuoza msichana huyu mwingine!" Mwana mfalme, kama jana, alinyanyuka, akamwendea msichana, akambusu shavuni, akampa vito; halafu wale wasichana waliondoka, wakaenda zao.

Siku ya tatu binti mfalme alijiambia, "Mimi ndiye mwenye haki zaidi ya kuvipata vile vito kuliko wajakazi wangu, na hakuna baya lolote litakalonipata."

Basi asubuhi ya pili, alikwenda peke yake kule bustanini, akijifanya mmoja wa wajakazi wake, akafika pale alipokaa mwana mfalme, akamwambia, "Ewe mzee, binti mfalme amenituma kwako unioe." Mwana mfalme alimtambua, akamjibu, "Nitakuoa kwa moyo wangu wote," halafu alimpa vito na mapambo mengine ya thamani. Halafu alinyanyuka kumbusu, na binti mfalme, ambaye hakutazamia lolote, alimpa shavu. Lakini Behram alipomkaribia, ghafla, alimvamia kwa nguvu zake zote, akambwaga chini, akambikiri! Halafu alizivuta na kuondoa zile ndevu bandia, akamwambia binti mfalme, "Je, sasa unanitambua mimi ni nani?"

"Wewe ni nani?" Aliuliza binti mfalme kwa mshangao mkubwa, naye akamjibu, "Mimi ni Behram, mwana wa mfalme wa Ajemi, niliyejibadili na kuwa mgeni hata kwa watu wangu na milki yetu, nikafungua hazina yetu kwa ajili ya kukupenda wewe!"

Binti mfalme, aliyekuwa bado amelala chini, alinyanyuka kimyakimya bila kumjibu neno lolote kwa sababu ya yale yaliyompata pale, akiogopa aibu. Alifikiri, akajiambia, "Nikimwua, sitapata faida yoyote; lililobaki ni kutoroka naye mpaka kwao."

Basi alikusanya mali na hazina yake, akampelekea Behram akimwarifu madhumuni yake, na kwamba, na yeye, Behram, awe tayari. Walikubaliana kuondoka pamoja usiku wa manane. Kwa hiyo, wakati wao ulipowadia, walipanda farasi wazuri waendao mbio sana, wakaondoka bila kusimama mpaka walipofika mbali sana. Waliendelea na safari yao mpaka walipokaribia makao makuu ya baba yake Behram katika nchi ya Ajemi.

Baba yake aliposikia kuwasili kwa mwanawe, alitoka kwenda na jeshi lake kumlaki. Ama kusema kweli, mfalme alifurahi sana kukutana tena na mwanawe! Baada ya siku chache, mfalme alituma taarifa kwa baba wa yule binti mfalme pamoja na zawadi nzurinzuri akimwarifu kuwa binti yake yuko kwake, na kwamba anamwomba ruhusa ya mwanawe kumwoa binti yake. Baba wa Ad Datma alifurahi kupokea ule ujumbe (kwani alifikiri binti yake amepotea!), akawatunukia waleta ujumbe majoho ya heshima. Halafu alitayarisha hafla ya ndoa, na yeye akamwita Kadhi na mashahidi, akafungisha ndoa baina ya binti yake na mwana mfalme Behram wa Ajemi. Halafu alifungasha zawadi na vito chungu nzima, akavipeleka kwa binti yake na kwa mwana mfalme Behram. Bwana na bibi arusi waliishi raha mustarehe mpaka siku zao zilipokwisha!

"Kwa hiyo, Seyyid yangu," aliendelea yule kipenzi wake, "unaona jinsi uovu wa wanaume ulivyo na yale wanayowafanyia wanawake? Mintaarafu mimi, sitaacha kupigania haki yangu mpaka kufa kwangu."

Mfalme, kwa mara nyingine tena, alitoa amri mwanawe auawe. Lakini waziri wa saba alijitokeza, akaibusu sakafu miguuni pake, akasema, "Ewe Seyyid yangu, uwe na subira nami wakati nikikupa maneno machache ya busara na ushauri mwema, kwani wale wenye subira na kuyafikiria yale wayatendayo, hufikia matumaini yao ambayo mwisho huyafurahia. Lakini wale wafanyao pupa na haraka, hufikiwa na majuto makubwa. Mimi nimeona jinsi huyu mwanamke alivyojaribu kumshawishi mfalme atende tendo la kikatili. Lakini mimi mtumwa wake, aliyefaidika na wema na ukarimu wako, nampa mfalme ushauri wa kweli, kwani mimi najua uovu na vitimbi vya wanawake kuliko mwingine yeyote. Nimesikia kisa cha ajuza mmoja na mwana wa mfanyabiashara."

"Kumetokea nini baina yao?" Mfalme alitaka kujua, na waziri wake wa saba akamsimulia kisa hicho cha ...

Nyumba Yenye Roshani

Alikuwako mfanyabiashara mmoja tajiri aliyekuwa na mwana mmoja tu aliyempenda kupita kiasi. Mtoto huyo alipokuwa mtu mzima, siku moja alimwambia baba yake, "Baba, nina jambo nataka kukuomba." "Mwanangu," alijibu mfanyabiasha, "una jambo gani? Niambie, mwanangu, nikutekelezee!" "Nipe fedha," alijibu yule kijana, "nisafiri pamoja na wafanyabiashara mpaka kwenye jiji la Baghdad, nikaone makasri ya Khalifa na uzuri wa jiji hilo linalosifika. Kwani wana wa wafanyabiashara wamenieleza sifa za jiji hilo. Kwa hiyo, nimekata shauri kwenda kuyaona yote hayo kwa macho yangu."

"Mwanangu," alijibu baba yake, "ninawezaje kustahamili kutengana nawe?" Lakini yule kijana alimwambia, "Baba, nimeshakata shauri, na ni lazima nisafiri mpaka Baghdad – ukinipa idhini, usinipe."

Mfanyabiashara alipoona hakuna njia nyingine yoyote ya kumshawishi mwanawe asisafiri, alimfungashia bidhaa za thamani ya dinar elfu thelathini, akawakabidhi wafanyabiashara wengine aliowaamini aongozane nao.

Mfanyabiashara alipoagana na mwanawe, ule msafara uliondoka na yule kijana, ukasafiri mpaka ulipowasili Baghdad, Makao ya Amani. Yule kijana alikwenda sokoni, akaomba aonyeshwe nyumba ya kupanga. Alionyeshwa moja kubwa iliyokuwa na samani nzuri. Nyumba hiyo ilikuwa na bustani, chemchemi ya maji, baraza, na sakafu ya marumaru. Hiyo bustani ilijaa ndege wa kila aina walioimba na kuruka huko na huko. Yule kijana aliipenda ile nyumba, akauliza kodi yake. Alijibiwa kuwa ni dinar kumi kwa mwezi.

"Unasema kweli au unanitania!" Aliuliza yule kijana kwa mshangao. Mchukuzi aliyemleta pale alimwapia kuwa anasema kweli, kwani yeyote anayeishi katika nyumba ile, hakai zaidi ya wiki moja au mbili.

"Kwa nini?" Yule kijana alitaka kujua.

"Mwanangu," alijibu yule mchukuzi, "yeyote aishiye ndani ya nyumba hii, hatoki salama humu. Atauugua au atakufa, kwani inajulikana sana na wakazi wa Baghdad; ndiyo maana watu hawaipendi, na ndiyo maana kodi yake ikawa rahisi hivyo."

Yule kijana alistaajabu sana kusikia vile, akajiambia, "Lazima kuwe na sababu." Basi baada ya kufikiri kidogo na kumwomba Mwenyezi Mungu Amsalimishe dhidi ya mashetani na majini, aliipanga ile nyumba, akakaa humo akisahau kabisa yale aliyoambiwa na yule mchukuzi, akaendelea kufanya biashara bila kupatikana na lolote.

Siku moja, wakati ameketi mlangoni pake, alijiwa na ajuza mmoja mzee sana aliyekuwa akilitaja jina la Mwenyezi Mungu kwa sauti ya juu, akimsifu na kumtukuza Mola, huku akiondoa mawe na vitu vingine vilivyokuwa barabarani.

Alipomwona yule kijana ameketi pale mlangoni, alimwangalia kwa makini, akaustaajabia uzuri wake. Yule kijana alimwuliza, "Ewe bibi mwema, unanijua au nimefanana na mtu unayemjua?"

Aliposikia akisema, yule ajuza alichapua hatua akamwendea, akamwamkia, akamwuliza, "Ni muda gani umekuwa ukiishi katika nyumba hii?"

"Miezi miwili, mama yangu," alijibu yule kijana. Na yule ajuza alimwambia, "Ee mwanangu, hilo ndilo nililokuwa nikilistaajabia, kwani mimi sikujui wala wewe hunijui wala hufanani na mtu nimjuaye; lakini nimestaajabu kwa sababu hakuna yeyote aliyekaa katika nyumba hii kwa muda mrefu isipokuwa wewe, kwani yeyote aliyeishi humu ama alitoka akiugua, au alikufa. Bila shaka hujafika ghorofa ya juu, wala hujasimama kwenye roshani na kutazama huko na huko."

Alipomaliza kutamka maneno hayo, yule ajuza alikwenda zake, na yule kijana akawa anayafikiria yale maneno ya yule ajuza, akajiambia, "Bado sijapanda juu, wala sikujua kuwa huko juu kuna roshani."

Yule ajuza alipoondoka, mara ileile yule kijana alipanda juu, akatazama huko na huko; mwisho, kwenye pembe karibu na miti, aliona mlango mwembamba ambapo buibui alitanda utandabui wake, akajiambia, "Bila shaka buibui ameutanda utandabui wake kwa sababu ndani mna kifo."

Hata hivyo, alikaza moyo, akamwomba Mola, akaufungua ule mlango, akapanda ngazi nyembamba iliyoelekea juu, mpaka akafika juu alikoona roshani. Alipumzika hapo, akifurahia mandhari. Mbele yake aliona nyumba nzuri, maridadi, iliyokuwa na roshani pia, alikoketi mwanamke mmoja mzuri ajabu mithili ya hurulaini. Macho yake yalipotua kwa yule mwanamke, aliduwaa kwa ule uzuri wake, akapotewa fahamu kwa mahaba ya yule mwanamke, akatamka, "Walisema kuwa yeyote anayekaa katika nyumba hii, huugua au hufa. Kama ni hivyo, bila shaka ni kwa sababu ya mwanamke huyu! Sijui nitampataje, kwani hapa nilipo sijiwezi kwa mapenzi!"

Basi alishuka kutoka kule juu huku akifikiri la kufanya, akakaa ndani akitafakari. Baada ya muda, alitoka nje, akakaa mlangoni huku amejaa mawazo ya yule mwanamke. Mara alitokea tena yule ajuza akimwomba na kumsifu Mwenyezi Mungu.

Yule kijana alipomwona, alinyanyuka, akamwamkia, akamwambia, "Ewe mama, nilikuwa na afya nzuri mpaka ile siku uliponitajia roshani ya nyumba hii. Baada ya kuitafuta, niliona mlango mdogo, nikaufungua, nikaingia ndani, nikaona ngazi iliyoelekea juu. Huko juu, niliona jambo lililonipoteza akili; na hivi sasa, hapa nilipo, naugua na simjui mganga yoyote wa kunitibu isipokuwa wewe!"

Yule ajuza aliposikia vile, alicheka, akasema, "Hakuna madhara yoyote yatakayokufikia, Mwenyezi Mungu Akipenda."

Yule ajuza alipotamka maneno hayo, yule kijana aliingia ndani, akatoka na dinar mia moja, akamkabidhi, akamwambia yule ajuza, "Zichukue hizi, ewe mama yangu, na unihudumie kama waungwana wanavyohudumiwa na watumwa wao, uniponye upesi ugonjwa nilio nao, kwani nikifa, damu yangu itakuwa juu yako Siku ya Kiyama!"

"Nitakushughulikia kwa moyo wangu wote, mwanangu," alijibu yule ajuza. "Unisaidie kwa machache tu ili nifanikiwe."

"Unataka nifanye nini, mama yangu?" Aliuliza yule kijana.

"Nenda sokoni kunakouzwa hariri," alishauri yule ajuza, "ukaulizie duka la Abdul Fatah bin Qaidam. Ukimwona, mwamkie, ukae naye, halafu umwambie unataka ushungi wa hariri wa kujifunika usoni ulionakshiwa kwa nyuzi za dhahabu; kwani hakuna anayeuza shungi nzuri za namna hiyo isipokuwa yeye tu." Alipomaliza kutamka hayo, yule ajuza alikwenda zake.

Asubuhi ya pili, yule kijana alichukua dinar elfu moja, akaelekea nazo kwenye soko la kuuza hariri, akatafuta duka la Abdul Fatah. Alionyeshwa, akamwona mwenyewe – mtu mwenye heshima -

amezungukwa na watumishi wake, kwani alikuwa mfanyabiashara tajiri sana, tena mashuhuri aliyekuwa na bidhaa nyingi. Huyu ndiye aliyekuwa mume wa yule mwanamke aliyevutiwa na kupendwa na yule kijana! Mke huyo wa Abdul Fatah alikuwa mzuri asiyekuwa na mfano.

Yule kijana alimwamkia, na Abdul Fatah alimwitikia, akamkaribisha, akakaa karibu yake. Hapo ndipo yule kijana alipomwambia, "Mfanyabiashara, ningependa unionyeshe ushungi mzuri wa hariri wa kike wa kujifunika usoni."

Mfanyabiashara alimwambia mfanyakazi wake mmoja akamletee idadi fulani. Alipoleta, alifungua furushi, akatoa idadi fulani ya mitandio tofauti ambayo uzuri wake ulimstaajabisha yule kijana. Kati ya mitandio hiyo, aliona ule alioagizwa. Basi aliununua kwa dinar hamsini, akauchukua, akaenda nao nyumbani huku amefurahi kwa kuupata.

Kabla hajafika kwake, alikutana na yule ajuza, akamkabidhi ule mtandio. Alipofika nao nyumbani, yule ajuza aliagiza aletewe mkaa unaowaka, akauchoma ule mtandio nchani, halafu akaukunja kama ulivyokuwa awali, akaelekea nao nyumbani kwa Abdul Fatah, akabisha mlango. Yule mwanamke mwenye nyumba aliuliza kutoka ndani, "Ni nani?" Yule ajuza alimjibu, "Ni mimi fulani." Mwanamke mwenye nyumba alimjua kuwa ni rafiki wa mama yake; kwa hiyo aliposikia sauti yake, alikwenda kuufungua mlango, akamwambia, "Unataka nini, mama? Mama yangu hayuko; amekwenda nyumbani kwake."

"Ah binti yangu," alijibu yule ajuza, "najua kuwa mamiyo yuko kwake; nimekuja kwako kwa sababu sikutaka kupitwa na swala. Kwa hiyo, nimekuja kukuomba kama naweza kutawadha hapa kwako kwa sababu najua kwako ni mahali nadhifu."

Yule mwanamke mwenye nyumba alimkaribisha, wakaamkiana, na yule ajuza akamwombea Mwenyezi Mungu Ampe kila la kheri. Halafu alichukua birika ya maji, akaenda nayo msalani, akatawadha huko, akaswali. Mara alitoka tena, akamwambia yule mwanamke mwenye nyumba, "Binti yangu, watumishi wako hawakusafisha vizuri huko nilikokuwa; ni kuchafu. Tafadhali nionyeshe mahali pengine safi niswali tena, kwani swala niliyoswali, nafikiri, haikukubaliwa."

Yule mwanamke alimshika mkono yule ajuza, akamwambia, "Ah mama yangu, njoo uswali kwenye mswala karibu na *majlis* anapokaa na anapopumzika mume wangu."

Yule ajuza alipofikishwa pale, alisimama, akaswali. Halafu, bila kuonekana na yule mwanamke mwenye nyumba, aliutoa ule ushungi, akauficha chini ya mto pale kwenye majlis. Halafu alimwombea dua mwanamke mwenye nyumba, akatoka, akaenda zake.

Jioni, alipofunga duka lake, Abdul Fatah alirejea nyumbani, akakaa pale kwenye majlis wakati mkewe akimtayarishia na kumletea chakula. Alipokula, aliegemea kwenye ule mto, akaona ncha ya ule ushungi umejitokeza. Aliuvuta, akautambua kuwa ni ule aliomwuzia yule kijana. Hapo akamshuku mkewe kuwa, bila shaka, ana uhusiano wa kimapenzi na yule kijana. Alimwita, akamwuliza, "Umeupata wapi ushungi huu?" Mkewe aliapa kuwa hajui ulikotoka, akisema, "Hakuna yeyote aliyekuja kwangu isipokuwa wewe tu."

Mume aliposikia vile, alikaa kimya; hakusema lolote akiogopa aibu itakayotokea kama akimgombeza au akimpiga mke wake. Akajiambia, "Kama jambo hili nikilifunua hadharani, nitaaibika mbele ya waungwana wote wa Baghdad," kwani alikuwa mmoja wa marafiki wa karibu wa Khalifa. Basi aliona hakuna njia nyingine isipokuwa kubaki kimya; hakuuliza swali lolote bali alimwambia mke wake aliyeitwa Muhziyah, "Nimesikia kuwa mama yako ameshikwa na ugonjwa wa moyo, na kwamba wanawake wote wa mitaani wako kwake wakimlilia. Kwa hiyo, nenda ukamtazame."

Muhziyah alitoka haraka, akaenda kwa mama yake, akamkuta ni mzima. Mama akauliza, "Ni kitu gani kilichokuleta saa hii?" Binti alikaa karibu ya mama yake, akamhadithia yale aliyoambiwa na mume wake. Mara waliingia hamali waliobeba nguo pamoja na vitu vyote vya Muhziyah!

Mama alipoona vile, alimwuliza binti yake, "Niambie lililotokea baina yako na mumeo hata akahamisha vitu vyako vyote." Lakini binti aliapa kuwa hajui lolote lililomfanya mumewe achukue hatua ile, kwani hakuna lililotokea baina yao linaloweza kumfanya afanye vile. Mama yake akatamka, "Bila shaka kuna jambo lililomfanya afanye vile." Lakini binti alisisitiza, akisema, "Mimi naapa kwa jina la Mwenyezi Mungu sijui lolote." Mama aliposikia vile alilia kwa binti yake kuachwa na mume mwema, maarufu wa namna ile.

Baada ya mambo kuwa hivyo kwa muda, yule ajuza alimtembelea Muhziyah kule kwa mama yake, akamwamkia vizuri, akisema, "Je, binti yangu, una nini mbona unaonekana una mawazo kichwani?" Halafu alimwendea mama yake, akamwambia, "Dada, kumetokea nini baina ya binti yako na mumewe? Nimesikia amemwacha. Amefanya nini hata akastahili hivyo?" Mama akajibu, "Baada ya muda, inshaallah, mume atamrudia mkewe; mwombee Mola hilo litokee kwani wewe ndiye mcha Mungu usiku na mchana."

Basi wale wanawake watatu waliendelea na mazungumzo yao, mwisho yule ajuza alitamka, "Binti yangu, usiwe na wasiwasi, inshaallah, nitawapatanisha kabla sijafa."

Alipotoka mle, alimwendea yule kijana, akamwambia, "Tutayarishie hafla, kwani nitakuletea yule mwanamke leo usiku."

Yule kijana aliandaa kila kitu kilichohitajika: nyama iliyotayarishwa namna kwa namna, vinywaji, vitamutamu, matunda na kadhalika, akaketi akisubiri; wakati huo yule ajuza alirejea tena kwa mama wa yule binti, akamwambia, "Dada yangu, leo tunaandaa na kutayarisha karamu ya bibi arusi mmoja; hivyo basi mwache binti yako niende naye ili akajiliwaze na kujifurahisha nasi kidogo, asahau matatizo aliyo nayo. Nakuahidi nitamlinda na kumrudisha mimi mwenyewe sherehe itakapokwisha."

Yule mama alimvisha bintiye lebasi nzuri pamoja na vito vya thamani, akamwacha aandamane na yule ajuza huku akiwasindikiza mpaka mlangoni, akimsisitiza yule ajuza, akisema, "Mwangalie binti yangu asisogelewe na kiumbe chochote cha Mwenyezi Mungu! Kama ujuavyo, mumewe ni mtu maarufu anayeheshimiwa hata na Khalifa; na usisahau kumrejesha upesi iwezekanavyo!"

Yule ajuza alimchukua yule mwanamke mpaka nyumbani kwa yule kijana, wakaingia, yule mtoto wa kike akifikiri wanakwenda kwenye sherehe ya arusi. Lakini alipofika sebuleni, alitokewa na yule kijana aliyemrukia, akamkumbatia, akaanza kumbusu mikono na miguu!

Yule mtoto wa kike, kusema kweli, alivutiwa na yule kijana na mapambo ya mle nyumbani, pamoja na maandalizi ya yale maakuli, vinywaji, matunda, maua, uturi na kadhalika. Vyote hivi vilimvutia akaona kama yumo ndotoni!

Yule ajuza alipoona jinsi yule mwanamke alivyostaajabu, alimwambia, "Ewe binti wangu, nimekuja nawe hapa - na sitakuacha hata kidogo! Ujue kuwa unamstahili huyu kijana kama naye anavyokustahili wewe!"

Basi yule mwanamke aliketi kwenye kochi moja kubwa maridadi, huku amechanganyikiwa. Lakini yule kijana alianza kumsemesha, akimfurahisha na kumliwaza huku akimtania, na kumstarehesha na kumtumbuiza kwa visa, hadithi, na mashairi, mpaka yule mwanamke akapumua akatuliza roho. Halafu walikula na kunywa. Divai ililpomwingia kichwani na kumtia joto, yule mwanamke alichukua 'ud, akaanza kuimba akiusifu uzuri wa yule kijana. Na yule kijana naye alipoona vile, alifurahi, ashiki ikampanda zaidi!

Yule ajuza alipoona jinsi hali ilivyo, alitoka, akawaacha peke yao mpaka asubuhi ya pili alipowaendea, akawaamkia, akamwambia yule mwanamke, "Je, binti yangu, uliupitishaje usiku?" "Vizuri!" alijibu yule mtoto wa kike, akiongeza, "shukran kwa ujanja wako wa kutuunganisha." Yule ajuza akasema, "Haya, twende zetu sasa kwa mamiyo." Lakini yule kijana alitia mkono mfukoni, akatoa dinar mia moja, akamkabidhi yule ajuza, akamwambia, "Chukua hizi na umwache hapa kwangu mpaka kesho."

Yule ajuza alichukua zile fedha, akatoka, akawaacha, akaelekea kwa mama yake yule mtoto wa kike, akamwambia, "Binti yako anakusalimu, na mama wa bi arusi naye anakusalimu pia na anakuomba binti yako abaki nao leo usiku."

"Ah dada yangu," alijibu yule mama, "tafadhali mfikishie salamu zangu mama wa bi arusi; mwambie kama amependa binti yangu abaki nao leo usiku, si kitu; bora abaki huko anakojiliwaza mpaka atakapotaka mwenyewe kurudi. Ninalomwogopea ni maudhi aliyopata kutokana na mume wake."

Yule ajuza ikawa kila mara anatoa sababu za uwongo kwa mama yake yule mtoto wa kike mpaka Muhziyah akabaki kwa yule kijana kwa muda wa siku saba, na ambako kila siku yule ajuza alipewa dinar mia moja. Baada ya muda huo, mama wa yule binti alimwambia yule ajuza, "Kaniletee mara moja binti yangu, kwani nina wasiwasi naye kwa kutokuwa nami kwa muda mrefu hivyo."

Akikasirishwa na yale maneno makali ya yule mama, yule ajuza alitoka, akaenda nyumbani kwa yule kijana, akamshika mkono yule mtoto wa kike, akatoka naye, akimwacha yule kijana bado amelala kitandani mwake, kwani alikuwa amelewa kwa divai. Mama alimpokea binti yake kwa furaha, akasema, "Ah binti yangu, moyo wangu ulikuwa na wasiwasi kwa ajili yako; na kwa wasiwasi huo niliokuwa nao, nilimwudhi yule dada yangu kwa kauli mbaya niliyomwambia."

"Mbusu mikono na miguu umwombe radhi," alijibu Muhziyah, "ama sivyo wewe si mama yangu tena, kwani kwangu alikuwa mtumishi wa kunihudumia yote niliyoyahitaji!"

Yule mama alimwendea yule ajuza, akamwomba radhi na msamaha.

Divai ilipomtoka kichwani na kumkosa yule mtoto wa kike, yule kijana aliridhika kwa ule muda alikuwa nao. Mara yule ajuza alibisha, akaingia, akamwamkia yule kijana, akamwambia, "Je, wauonaje ule mpango wangu?"

"Ulikuwa mzuri sana," alijibu kijana. Halafu yule ajuza akasema, "Basi sasa wakati umewadia wa kurekebisha janga tulilolizua, tumrudishe yule mtoto wa kike kwa mume wake, kwani sisi ndio tuliosababisha kutengana kwao."

"Tutarekebisha vipi?" Aliuliza yule kijana, na yule ajuza alimjibu, "Wewe nenda tena dukani kwa Abul Fatah, umwamkie, ukae naye mpaka utakaponiona nikipita. Hapo unyanyuke kwa haraka, unifuate, unishike vazi, unifokee, ukidai ule ushungi wako; halafu umwambie huyo mfanyabiashara, "Seyyid yangu, bila shaka unaukumbuka ule ushungi niliounua kwako kwa dinar hamsini. Basi nilimpa mjakazi wangu mmoja aliyeunguza ncha moja kwa ajali. Yeye alimkabidhi ajuza huyu aliyeahidi kuushona na kuurudisha. Alienda nao bila kuonekana tena mpaka leo!"

"Kwa moyo wangu wote," alijibu yule kijana, akiafiki mpango wa yule ajuza. Basi alinyanyuka mara moja akaelekea kule kwenye duka la mfanyabiashara wa hariri. Alimwamkia, akakaa akiongea naye mpaka alipomwona yule ajuza akipita ameshikilia tasbihi yake mkononi. Hapo yule kijana alinyanyuka haraka, akamwendea, akamshika nguo, akaanza kumfokea, wakati yule ajuza akijibu kwa unyenyekevu, akisema, "Ndiyo, mwanangu, nakubali na naomba msamaha!"

Watu waliokuwa pale kwenye bazaar waliposikia zile kelele, walijazana, wakitaka kujua sababu, wakisema, "Kuna nini?" Yule kijana alijibu, "Mjue, waungwana, kuwa nilinunua ushungi wa hariri kutoka kwa huyu mfanyabiashara kwa bei ya dinar hamsini, nikampa mjakazi wangu mmoja. Siku moja wakati alipokuwa akiufukiza kwa udi, cheche za moto ziliurukia, zikachoma ncha yake. Tulimkabidhi ajuza huyu ampelekee fundi wa kushona na kuziba ile sehemu iliyoungua, na kuurudisha. Lakini hatukumwona tena toka siku hiyo mpaka hii leo !"

"Huyu kijana," alisema yule ajuza, "anasema kweli, na hakika nilikuwa na huo ushungi wake, lakini nilikwenda nao nikausahau katika moja ya nyumba nyingi nizitembeleazo. Sasa siikumbuki hiyo ilikuwa ni nyumba gani; na kwa kuwa mimi ni maskini, niliogopa kumkabili mwenyewe."

Wakati wote huo mume wa Muhziyah alikuwa akisikiliza yote yale waliyokuwa wakiyasema. Na aliposikia kile kisa kilichobuniwa na yule ajuza kwa ajili ya yule kijana, alinyanyuka kutoka pale alipokuwa, akasema, "Mwenyezi Mungu ndiye mkuu! Naomba msamaha kwa Mola wangu kwa kosa nililolifanya na yale niliyoyashuku!" Alimsifu Mwenyezi Mungu Aliyemfunulia ukweli. Basi alimbembeleza yule ajuza kwa kumwuliza, "Je, ulikuwa na tabia ya kuitembelea nyumba yangu?"

"Ah mwanangu," ajuza alijibu, "nawatembelea nyinyi na wengine wengi kwa kuomba sadaka. Lakini toka siku hiyo mpaka hii leo hakuna yeyote aliyeniambia ushungi huo uliko!"

Mfanyabiashara akamwambia, "Je, ulikwenda kuulizia nyumbani kwangu?"

"Ah Seyyid yangu," alijibu ajuza, "nilifika kwako nikauliza; lakini waliniambia kuwa mke mwenye nyumba ameachwa na mume wake. Kwa hiyo, sikuuliza tena."

Kusikia vile, yule mfanyabiashara alimgeukia yule kijana, akamwambia, "Mwache huyu mama aende zake, kwani huo ushungi ninao mimi." Alipotamka hayo, aliutoa dukani, akamkabidhi yule kijana mbele ya hadhara ya watu. Halafu alimwendea mke wake, akampa fedha, akamrudisha tena nyumbani baada ya kutoa sababu nyingi na kumwomba msamaha Mwenyezi Mungu, kwani hakujua yote yale yaliyotendwa na yule ajuza.

"Huu basi, Seyyid yangu," alisema waziri, "ni mfano mmoja tu wa vitimbi vingi vinavyofanywa na wanawake kwa wanaume. Na uovu mwingine niliousikia ukisimuliwa ni juu ya …

Mwana Mfalme na Mpenzi wa Afriti[4]

Siku moja mwana mfalme mmoja alikuwa akitembea peke yake akijifurahisha, akatokea kwenye pori, palipokuwa na miti mingi iliyojaa matunda na ndege walioimba kwenye matawi, na palipopita chemchemi ya maji safi. Pale mahali palimvutia, akakaa chini kwenye kivuli cha mti mmoja mkubwa, akatoa kifurushi cha chakula alichokuwa nacho, akaanza kula. Mara palizuka moshi mkubwa uliotanda mpaka juu angani. Mwana mfalme kuona vile, aliingiwa na khofu, akaupanda ule mti, akajificha kwenye matawi yake. Moshi ulipojikusanya, aliona Afriti likitokea kule kwenye ile chemchemi ya maji, huku limebeba kichwani kasha kubwa la marumaru lililofungwa kwa kufuli. Alilitua chini, akalifungua, mkatoka msichana mzuri mithili ya jua linalowaka kwenye mbingu isiyokuwa na mawingu! Lilimkodolea macho yule mtoto wa kike, halafu lililalia paja la yule mtoto wa kike, likalala fofofo. Yule mtoto wa kike alikinyanyua kile kichwa, akakilaza kwenye lile kasha, akanyanyuka, akaanza kutembea huku na huko.

Wakati akitembeatembea vile, alinyanyua macho kwenye ule mti, akamwona yule mwana mfalme, akamwashiria ashuke. Mwana mfalme alikataa, lakini yule mtoto wa kike aliapa kuwa, asiposhuka na kufanya anavyotaka, ataliamsha lile Afriti, na kulionyesha aliko, na bila shaka, likimwona, litamwua.

Mwana mfalme, akiogopa yule mtoto wa kike atafanya kama anavyosema, alishuka mtini. Yule msichana alimbusu mikono na miguu, akamtaka afanye naye mapenzi. Kwa kuwa aliogopa, alikubali. Alipomridhisha, yule mtoto wa kike alimwambia, "Nipe hiyo pete iliyomo kidoleni mwako." Mwana mfalme aliitoa, akamkabidhi, naye aliitia katika kitambaa cha hariri alichokuwa nacho, ambamo mlikuwa na pete nyingine korija nne.

---

4   Kisa hiki kimefanana na kile kilichomo katika Kitabu cha Kwanza, na kilichowapata ndugu wawili, Sultan Shahriyar na Sultan Shah Zaman.

Mwana mfalme alipoona vile, alimwuliza alizifanya nini pete zote zile, naye alijibu, akisema, "Ujue kuwa Afriti huyu alinichukua kutoka katika kasri ya baba yangu, akanifungia ndani ya kasha hili, ambalo hulibeba kichwani kokote aendako. Aslani haniachi peke yangu hata kwa dakika moja, kwa sababu ya wivu alio nao, eti ananilinda! Nilipoona hivyo, niliapa kuwa nitafanya mapenzi na yeyote ninayekutaka naye. Na pete hizi unazoziona, ni za wanaume niliojamiiana nao, na huzitia katika kitambaa hiki. Na sasa nenda zako, nipate kumtafuta mwingine kama wewe, kwani hili Afriti halitaamka mpaka baada ya muda mrefu."

Sasa basi turejee kwa yule mfalme pale majlisini.

Mfalme alisikiliza ushauri wa waziri wake, akaachana na ile nia ya kumwua mwanawe. Asubuhi ya pili, ikiwa ni siku ya nane, wakati mfalme amekaa katika majlisi yake, akiwa na wazee wa majlisi na maamiri na wakuu wengine wa serikali pamoja na maulamaa na wasomi wengine, mwana mfalme, mwanawe, aliingia, mkono wake ukiwa umeshikwa na mlinzi wake aliyeitwa As-Sindibad. Alimwamkia baba yake na mawaziri wake, na wengine wote waliokuwa hadhirina kwa heshima na kwa ufasaha wa lugha, akawashukuru wote mpaka wote wale waliokuwako pale walistaajabu kwa ujasiri na ufasaha wake wa lugha aliyoitumia.

Baba yake alifurahi sana kumsikia mwanawe vile, akamwita, akambusu baina ya macho yake mawili. Halafu alimwita As-Sindibad, akamwuliza kwa nini mwanawe amekuwa kimya kwa muda wote huo wa siku saba, naye akamjibu, "Ewe Seyyid yangu, mimi ndiye niliyemshauri afanye hivyo nikimwogopea kifo. Kwani nilipompigia bao, niligundua kuwa imeandikwa kwenye nyota kuwa, akisema neno lolote kwa muda wa siku saba, hakika atakufa; kwa bahati nzuri, sasa siku saba zimekwisha na hatari imeshapita."

Kusikia hayo, mfalme alifurahi kupita kiasi, akawaambia mawaziri wake, "Kama ningemwua mwanangu, je kosa lingeniangukia mimi au lingekuwa la yule mwanamke au As-Sindibad huyu?" Lakini mawaziri wake hawakujibu. Hapo As-Sindibad akamwambia mwana mfalme, "Jibu wewe, mwanangu."

Mwana mfalme alisema, "Nimesikia ikisimuliwa kuwa, wageni fulani walifikizia kwenye nyumba moja ya mfanyabiashara, naye akamtuma mjakazi wake aende sokoni, akanunue gudulia ya maziwa. Alikwenda, akanunua, akawa anarejea nayo. Lakini njiani alipitiwa na mwewe aliyekuwa amemshika nyoka kwenye makucha yake. Sumu ya yule nyoka ilidondokea mle guduliani bila yule mjakazi kujua. Kwa hiyo, aliporudi, mfanyabiashara aliyachukua yale maziwa, yeye na wale wageni wake wakayanywa. Mara tu walipoyameza, wote walikata roho. Hebu sasa niambie, ewe Seyyid yangu, hilo lilikuwa ni kosa la nani?"

Wengine walisema hilo lilikuwa ni kosa la wale walioyanywa yale maziwa bila kuyachunguza; na wengine walisema kosa ni la yule mjakazi ambaye aliiacha wazi ile gudulia. Lakini As-Sindibad alimwuliza yule mwana mfalme, "Je, wewe unafikiri nini?"

"Mimi nasema kosa si la wananchi; halikuwa la yule mjakazi wala la wale walioyanywa yale maziwa. Kwani siku zao zilikuwa zimekwisha kama walivyoandikiwa na Mwenyezi Mungu."

Wanamajlisi waliposikia vile, walistaajabu, wote kwa umoja, wakamsifu mwana mfalme na kumwombea Mungu, wakimwambia, "Ewe Seyyid yetu, wewe, kwa ujasiri wako, umetoa jawabu la kweli kabisa."

"Mimi," alitamka mwana mfalme, "si mtaalamu mwenye akili nyingi wala mwenye busara kama vile alivyokuwa Sheikh mmoja asiyeona, na mtoto mmoja mwenye umri wa miaka mitatu, na mmoja wa miaka mitano, waliokuwa na busara na akili zaidi ya mimi."

"Ewe kijana," wale waliokuwa hadhirina walimwambia, "hebu tusimulie kisa cha hawa watatu uliowataja waliokuwa na busara zaidi yako wewe."

"Nitawasimulia kwa moyo wangu wote," aliwajibu, akaanza kuwasimulia kisa cha ...

Mfanyabiashara wa Misandali
na Wadanganyifu

Kulikuwako mfanyabiashara mmoja tajiri aliyesafiri sana. Siku moja, alipokata shauri kusafiri kwenda jiji moja lililokuwa mbali, aliwauliza watu waliotoka huko bidhaa zenye faida sana kwao, wakamwambia ni *msandali* unaonunuliwa kwa bei kubwa.

Yule mfanyabiashara fedha zake zote alinunulia misandali, akafunga safari kuelekea kwenye lile jiji. Alipowasili wakati wa jioni, alikutana na ajuza mmoja aliyekuwa akisindikiza kondoo wake zizini. Yule ajuza alimwuliza, "Wewe ni nani?" Yule mfanyabiashara alimjibu, "Mimi ni mfanyabiashara mgeni."

"Jihadhari na wakazi wa jiji hili," alionya yule ajuza, akiongeza, "kwani ni wezi na wadanganyifu wakubwa wanaowadanganya wageni na kuwaibia mali zao; hivyo basi, nakushauri ujihadhari nao."

Asubuhi ya pili, yule mfanyabiashara alikutana na mtu aliyemwamkia, na aliyemwuliza, "Seyyid yangu, unatoka wapi?" "Ninatoka jiji fulani," alijibu mfanyabiashara. "Na umeleta bidhaa gani?" Aliuliza tena yule mtu. "Misandali," alijibu mfanyabiashara, akiendelea, "nimesikia inanunuliwa kwa bei kubwa." "Aliyekuambia hayo," alisema yule mtu, "amekudanganya; sisi tunatumia misandali kama kuni za kupikia, na bei yake ni kama kuni za kawaida." Mfanyabiashara aliposikia vile, aliguna, akajuta asijue wa kumwamini.

Alipotengana na yule mtu, alielekea mpaka kwenye Khan moja ya lile jiji. Usiku ulipoingia, alimwona mfanyabiashara mmoja akiwasha moto kwa kutumia msandali kama kuni. Mtu huyo alikuwa ni yule aliyeongea naye mapema ambaye, kumbe alikuwa akimdanganya.

Yule mtu alipomwona yule mfanyabiashara akimwangalia, alimwambia, "Je, unataka kuniuzia misandali yako kwa bei yoyote unayotaka?" "Nitakuuzia," alijibu mfanyabiashara, akiongeza kuwa anataka alipwe kwa bei yoyote atakayoidai kesho. Yule mtu alikubali, akachukua misandali yote aliyokuja nayo yule mfanyabiashara, akaipeleka kwake.

Asubuhi ya pili, yule mfanyabiashara, aliyekuwa na jicho moja la rangi ya samawati, alielekea jijini. Njiani alikutana na mmoja wa wakazi wa lile jiji akiwa na chongo ya jicho moja la rangi ya samawi. Alipomwona yule mfanyabiashara, alimshika, akisema, "Wewe ndiye uliyeniibia jicho langu! Sitakuachia mpaka unirudishie jicho langu!"

Mfanyabiashara alikana kuwa alifanya hivyo, akisema, "Mimi sikuiba jicho lako – jambo ambalo haliwezekani kabisa!"

Watu waliosikia mzozano wao, waliwazunguka pale barabarani, wakamwambia yule mwenye chongo ampe mfanyabiashara muda mpaka kesho atakapomlipa bei ya jicho lake. Mfanyabiashara alimpata mtu mmoja aliyemdhamini mpaka kesho, wakamwachia aende zake.

Mfanyabiashara, wakati akizozana na yule mtu mwenye chongo, kiatu chake kimoja kilikatika. Basi alimwendea mshona viatu mmoja, akamwambia amshonee kiatu chake, na amwambie ujira wake kesho atakapokuja kukichukua kesho yake.

Halafu aliendelea kutembea mjini mpaka akawafikia watu waliokuwa wakicheza kamari, akakaa nao kupoteza mawazo ya yale aliyokumbana nayo. Wale watu walimkaribisha acheze nao, naye akakubali. Wakati akicheza nao, walimdanganya, akapoteza mchezo. Aliyemshinda akamwambia achague moja ya mawili: kuinywa bahari yote iliyokuwa pale kwao, au kupoteza kila kitu alichokuwa nacho.

"Tafadhali," alisihi mfanyabiashara, "subiri mpaka kesho nitakapokata shauri la kufanya."

Wacheza kamari walikubali, akaondoka pale, na yeye akaenda zake akiwa amejaa hasira za kutojua la kufanya. Alikaa mahali, akiwa na mawazo mengi kichwani.

Wakati akitafakari vile, alitokea yule ajuza msindikiza kondoo akipita tena pale. Alipomwona yule mfanyabiashara, alimwuliza, "Bila shaka wakazi wa hili jiji wamekuweza, kwani naona jinsi ulivyobadilika sura, na unavyoonekana mwenye mawazo mengi. Niambie lililokusibu."

Yule mfanyabishara alimweleza yote yale yaliyompata; na yule ajuza alimwambia, "Mintarafu yule aliyekudanganya misandali, ujue kuwa misandali hapa kwetu ina bei kubwa; inagharimu dinar kumi kwa uzito wa ratli moja. Lakini nitakupa ushauri mwema ambao nina hakika ukiufuata, utaweza kujiokoa. Ni hivi: kwenye lango fulani la jiji (alimwelekeza), anaishi Sheikh mmoja mlemavu asiyeona wala asiyeweza kutembea anayejulikana sana kwa busara na maarifa mengi aliyo nayo. Yeye huendewa na kila aina ya watu kutaka ushauri wake. Baada ya kuwaeleza matatizo yao, yeye huwapa ushauri mwema unaowatoa katika matatizo hayo. Wengi wanaamini ana ujuzi wa kichawi na hata wa kiudanganyifu. Kwa kuwa ni mwerevu sana, kila mjanja na mdanganyifu humwendea usiku na kumweleza yote aliyoyafanya mchana, na kutaka kujua kama udanganyifu wake unafaa au la. Kwa hiyo, nenda kule aliko ukajifiche, usionekane na wale uliokumbana nao mchana, usikilize yale watakayomwambia huyo Sheikh, na ushauri atakaowapa. Utakayoyasikia, huenda yatakusaidia."

Yule mfanyabiashara alikwenda kule alikoelekezwa na yule ajuza, akajificha karibu sana na pale alipokuwa yule Sheikh asiyeona. Baada ya muda, walitokea watu chungu nzima waliotaka kusikiliza ushauri wake wa kitaalamu na wa kihakimu. Kati ya wale watu, walikuwamo wale wanne aliopambana nao mchana. Wote walimwamkia yule Sheikh, wakakaa kwa kumzunguka na kumsikiliza. Sheikh aliwaletea maakuli, wote wakala, halafu kila mmoja wao alieleza yale aliyokumbana nayo mchana. Halafu alitokea yule aliyemdanganya na misandali yake, akamweleza Sheikh jinsi alivyoinunua misandali ya mfanyabiashara mmoja kwa bei rahisi, na kwamba, mfanyabiashara huyo, amekubali kumlipa kwa bei yoyote anayoitaka mwenyewe. Sheikh alimwambia, "Huyo mtu atakushinda."

"Atanishinda vipi?" Aliuliza yule mtu, "Akisema anataka kibaba cha dhahabu au cha fedha, nitamlipa na hata hivyo nitapata faida kubwa!"

Yule Sheikh alimwambia, "Je, akisema anataka kibaba kilichojaa viroboto, nusu wa kiume na nusu wa kike, utafanya nini?" Yule mdanganyifu alikiri kuwa huyo mtu akidai hivyo, atashindwa.

Halafu alijitokeza yule mwenye chongo, akasema, "Ewe Sheikh, mimi leo nilikutana na mtu mwenye macho ya rangi ya samawati, ambaye ni mgeni humu jijini. Basi nilizusha ugomvi naye, nikamvamia, nikamwambia, 'Kumbe ni wewe ndiye uliyeniibia jicho langu!' Sikumwachilia mpaka alipotokea mtu aliyemdhamini kuwa kesho aje, alilipe lile jicho langu aliloliiba."

Yule Sheikh alimwambia, "Kama na yeye anataka, anaweza kukushinda na wewe pia."

"Atanishinda vipi?" Yule mtu alitaka kujua; na yule Sheikh alimjibu, "Anaweza kukuambia, 'Litoe jicho lako moja, nami nitalitoa langu moja tuyapime. Kama jicho lako litakuwa na uzito sawa na langu, umesema kweli' na atakulipa bei ya jicho lako, lakini ukumbuke kuwa wewe utakuwa kipofu usiyeona, ilhali yeye ataweza kuona kwa jicho moja lililobaki." Yule mdanganyifu aliposikia vile, alijua kuwa yule mfanyabiashara kweli atamshinda.

Halafu alitokea yule mshona viatu, akasema, "Sheikh, kuna bwana mmoja aliyeniletea kiatu chake kilichokatika, akaniambia, 'Nishonee kiatu changu hiki nami nitakulipa kesho ujira wowote utakaotaka.'"

Sheikh akamwambia, "Akitaka, anaweza kuchukua kiatu chake bila kukulipa chochote."

"Vipi?" Aliuliza mshona viatu, na Sheikh akamjibu, "Anaweza kukwambia, 'Wabaya wote wa Sultan wa milki hii watakamatwa, na maadui zake hawana nguvu ya kumshinda; na wanawe na wasaidizi wake wameongezeka idadi. Je, umeridhika na kukubali, au la?' Ukisema, 'Nimeridhika,' atachukua kiatu chake na kwenda zake; na kama ukisema, 'Sikuridhika,' atachukua kiatu chake atakupiga nacho kichwani na shingoni, na hutaweza kwenda kumshtaki kwa Sultani!" Yule mshona viatu akaona kweli na yeye anaweza kushindwa pia.

Halafu alitokea yule aliyemshinda kwenye kamari, akasema, "Ewe Sheikh, mimi leo nimecheza kamari na mtu mmoja, nikatumia ujanja, nikamshinda, nikamwambia malipo yangu ni ama anywe bahari nzima, ama anilipe utajiri wake wote."

"Kama anataka," alitamka yule Sheikh, "anaweza kukushinda pia."

"Atanishinda vipi?" Aliuliza yule mtu, na Sheikh alimwambia, "Anaweza kusema, 'Kaniletee mkononi mwako mdomo wa hiyo bahari unayotaka niinywe, unikabidhi, nami nitainywa.' Lakini wewe hutaweza kufanya hivyo. Kwa hiyo, atakushinda."

Yule mcheza kamari aliposikia vile, alitambua kuwa hataweza kumshinda yule mtu. Wote waliondoka kwa yule Sheikh, wakarejea makwao, na yule mfanyabiashara naye akaenda zake kwenye ile Khan alikofikizia.

Siku ya pili, mcheza kamari alikuwa wa kwanza kumwendea mfanyabiashara, kudai malipo yake. Yule mfanyabiashara alimwambia, "Nipe mdomo wa bahari, nami nitainywa." Yule mtu alikubali kushindwa, ikambidi yeye amlipe mfanyabiashara dinar mia moja akiogopa kufikishwa mahakamani kwa udanganyifu wake. Halafu alitokea mshona viatu, akataka ujira wake. Mfanyabiashara alimwambia, "Sultani amewashinda maadui zake na wahalifu wake, na wanawe na wasaidizi wake wameongezeka idadi. Je, unakubali au la?" "Nimekubali," alijibu yule mshona viatu, na yeye ikabidi amkabidhi mfanyabiashara kiatu chake, akaenda zake. Mwingine aliyejitokeza ni yule mwenye chongo aliyedai malipo ya jicho lake.

"Litoe jicho lako," alitamka mfanyabiashara, "nami nitalitoa langu; halafu tutayapima, kama yatakuwa na uzito mmoja, nitayakubali malalamiko yako, na nitakulipa bei ya jicho lako; lakini kama yasipokuwa na uzito mmoja, utakuwa umesema uwongo, nitakushtaki, nawe utanilipa mimi bei ya jicho langu moja nitakalolitoa."

Yule mwenye chongo alisema, "Tafadhali nipe muda," lakini yule mfanyabiashara alimjibu, akisema, "Mimi ni mgeni katika jiji hili; simpi muda mtu yeyote, na sitakuachilia mpaka uniridhishe."

Yule mdanganyifu alijikomboa kwa kumpa mfanyabiashara dinar mia moja, akaenda zake. Wa mwisho aliyejitokeza alikuwa ni yule aliyenunua misandali, akasema, "Chagua bei uliyotaka."

"Utanilipa kiasi gani?" Aliuliza mfanyabiashara, na yule mtu alimjibu, "Nitakulipa kibaba kimoja cha chochote unachokitaka; kwa hiyo kama unataka, nitakulipa kibaba kilichojaa dhahabu au fedha."

"Sitaki!" Alijibu mfanyabiashara, "Nitaridhika na kibaba kilichojaa viroboto: nusu wa kike na nusu wa kiume."

"Hilo ni jambo lisilowezekana!" Alitamka yule mdanganyifu, naye alikubali kushindwa, akarudisha misandali, akajikomboa kwa kumlipa mfanyabiashara dinar mia moja kwa kuogopa kushtakiwa kwa udanganyifu wake. Mfanyabiashara aliuza misandali yake kwa bei aliyoitaka, akarejea kwao salama salimin!

"Mintarafu mtoto mwenye umri wa miaka mitatu," aliendelea mwana mfalme, "nimesikia watu wakisimulia juu ya ...

Fisadi na Mtoto wa Miaka Mitatu

Mwanamume mmoja mwasherati, aliyependa sana wanawake, alianza kusimulia mwana mfalme, siku moja alisikia habari za mwanamke mmoja mzuri aliyeishi katika mji uliokuwa mbali na ule alioishi, akafunga safari kwenda kumfuata, huku amebeba zawadi za kila namna. Alipofika, alimwandikia barua yule mwanamke, akitaka kuonana naye, akimwarifu kuwa hapati usingizi kwa kumfikiri yeye tu, na jinsi anavyompenda kupita kiasi, na jinsi alivyofunga safari ndefu kutoka kwao mpaka kule aliko.

Yule mwanamke alipoisoma ile barua, alimjibu kuwa amtembelee siku fulani. Alipofika, alikaribishwa kwa heshima kubwa na yule mwanamke aliyembusu mikono. Alimwandalia maakuli na vinywaji vya kila namna. Mwanamke huyo alikuwa na mtoto mdogo wa umri wa miaka mitatu, ambaye alimwacha acheze pale wakati yeye, mama, akijishughulisha na upikaji na upakuaji wa wali kwa ajili ya yule mgeni.

Baada ya muda, yule bwana alimwambia yule mwanamke, "Tafadhali, twende kitandani." Yule mwanamke alimjibu, "Mwanangu anatuangalia!" "Bado ni mtoto mdogo asiyejua lolote wala chochote," alitamka yule mwanamume. "Usiseme hivyo," alijibu yule mwanamke, akiongeza, "ungejua jinsi alivyo na akili, usingesema hivyo!"

Mtoto alipoona wali uko tayari, alianza kulia kwa sauti ya juu; mama yake akamwuliza, "Una nini, mwanangu?" "Nipe wali," alijibu mtoto, "na unitilie siagi!"

Mama yake alimpakulia wali, akamtilia na siagi. Mtoto alikula kidogo, halafu akaanza kulia tena. Mama yake akamwuliza tena, "Ni kitu gani kinachokuliza sasa?" Mtoto alijibu, "Mama, nitilie sukari katika wali wangu!"

Kusikia vile, yule mwanamume, aliyekuwa akimsubiri kwa hamu yule mwanamke wakati wote ule, alikasirika, akampigia kelele yule mtoto, "Wewe ni mtoto mwenye laana!"

"Wewe ndiye mwenye laana!" Alijibu yule mtoto, akiongeza, "kwa kujichosha kwa safari ndefu ya jiji hadi jiji, ukitafuta ufisadi. Mimi," aliendelea yule mtoto, "nimelia kwa sababu kuna kitu kimeniingia jichoni; na kulia kwangu kumenitoa hicho kitu. Na sasa nimekula wali wenye siagi na sukari na nimeridhika. Kati yetu ni yupi mwenye laana?"

Maneno ya yule mtoto mdogo yalimshtua na kumshangaza yule mtu, yakamchoma moyo, akatubu. Hakumgusa yule mwanamke bali alitoka haraka mle nyumbani, akarejea kwao ambako aliishi maisha ya kujuta mpaka kufa kwake!

"Na kuhusu kisa cha mtoto mwenye umri wa miaka mitano," aliendelea mwana mfalme, "nilisikia ikisimuliwa juu ya ...

Mfuko Ulioibwa

Wafanyabiashara wanne, pamoja walikuwa na dinar elfu moja walizozitia ndani ya mfuko mmoja, wakatoka pamoja kwenda kununua bidhaa. Njiani waliona bustani moja nzuri sana. Waliingia kupumzika, ule mfuko wao wa fedha wakamkabidhi mwanamke mmoja aliyekuwa akijishughulisha na ile bustani awawekee mpaka watakaporejea awarudishie pamoja. Baada ya kuzungukazunguka mle bustanini kwa muda, walichoka, wakakaa chini ya mti, wakala, wakanywa, wakajifurahisha. Mmoja wao aliwaambia wenzake, "Nina kijigudulia cha uturi unaonukia vizuri sana; twendeni tukaoshee nywele zetu kwenye yale maji yanayotiririka pale."

"Lakini hatuna kitana cha kuchania nywele," alitamka mwingine; na wa tatu akasema, "Tumwulize yule mwanamke mtunza bustani, bila shaka anacho."

Mmoja wao alinyanyuka, akamwendea yule mwanamke wakati wenzake waliokuwa mbali, wakisubiri bila kusikia lolote lile alilokuwa akilisema mwenzao. Yule mtu alimwambia yule mwanamke, "Nipe ule mfuko wa fedha." Yule mwanamke alijibu, "Siwezi kukupa mpaka nyote mtakapokuwa pamoja au mpaka wenzako wakubali, wanipe amri."

Yule mtu aliwaita wenzake kwa kuwapigia kelele, akisema, "Jamani, hataki kunipa!"

Wenzake walimpigia kelele yule mwanamke, wakisema, "Mpe!" wakifikiri mwenzake alimaanisha kitana cha kuchania nywele. Yule mwanamke alimkabidhi ule mfuko wa fedha, na yule mtu akatoweka nao!

Wenzake walipochoka kumsubiri, walimwendea yule mwanamke, wakamwuliza, "Kwa nini ulikataa kumpa kitana?"

"Hakuniuliza kitana, bali alitaka ule mfuko wa fedha!" Alijibu yule mwanamke, "nami nilimpa kwa sababu mlitoa amri nimpe, akauchukua, akaenda nao!"

Waliposikia vile, walipiga makonde nyusoni, wakamwambia, "Sisi tulikuamrisha umpe kitana." Lakini yule mwanamke aliwajibu, "Mwenzenu hakutaja kitana bali ule mfuko wa fedha."

Wale watu walimfikisha yule mwanamke mbele ya Kadhi, wakatoa malalamiko yao; na Kadhi alimwamrisha yule mwanamke awalipe zile fedha zilizokuwa ndani ya ule mfuko. Yule mwanamke alitoka mle akiwa na hasira na kutojua la kufanya.

Njiani alikutana na mtoto mmoja mwenye umri wa miaka mitano, aliyemwona yule mwanamke akiwa na hasira na wasiwasi, akamwita, "Ewe mama yangu!"

Lakini yule mwanamke hakumwitikia wala hakumjali kwa sababu ya kuona umri wake mdogo. Lakini yule mtoto aliendelea kumwita na kumwuliza lile lililokuwa likimkera. Mara ya tatu alipomwuliza, yule mwanamke akamsimulia yale yaliyomsibu.

"Nipe dirham moja nikanunulie peremende," alisema yule mtoto, "nami nitakwambia namna ya kuishinda na kuepukana na hiyo hukumu ya Kadhi."

Yule mwanamke alimpa dirham moja, akamwuliza, "Unataka kuniambia nini?"

"Rejea kwa Kadhi," alisema yule mtoto, "umwambie 'Mimi na wale watu wanne tulikubaliana kuwa nisimkabidhi yeyote ule mfuko wao isipokuwa wote wanne watakapokuwa pamoja, kama walivyonipa. Sasa wote wanne waje pamoja, nami nitawapa ule mfuko wao, kama tulivyopatana.'"

Yule mwanamke alirejea kwa Kadhi, akamwambia kama vile alivyoshauriwa na yule mtoto wa miaka mitano; na yule Kadhi akawaambia wale wafanyabiashara, "Je, mlikubaliana hivyo?" "Naam," walikubali. "Kama ni hivyo," alisema Kadhi, "nendeni mkamlete yule mwenzenu mpewe mfuko wenu!"

Walitoka mle kwenda kumtafuta mwenzao aliyetoweka, na yule mwanamke naye akawa huru, akaenda zake bila tatizo lolote.

Mawaziri wa mfalme na wote waliokuwa hadhirina katika ile majlisi waliposikia maneno ya mwana mfalme, walimwambia baba yake, "Ewe Seyyid yetu, kusema kweli, mwanao ni mtu mwenye busara na maarifa sana akilinganishwa na vijana wa rika lake!" Wote walimtakia mfalme na mwanawe kila la kheri na baraka za Mwenyezi Mungu.

Mfalme alimkumbatia mwanawe, akambusu kati ya macho yake, akamwuliza yale yaliyotokea baina yake na yule mwanamke (kipenzi chake mfalme). Mwana mfalme alimwapia baba yake kwa jina la Mwenyezi Mungu na Mtume wake kuwa, ni yule mwanamke ndiye aliyemtaka, na yeye akamkataa. "Zaidi ya hayo," aliongeza mwana mfalme, "aliniahidi kuwa atakunywesha sumu na kukuua ili ufalme uwe wangu. Mimi niliposikia vile, nilikasirika, nikamwashiria (sikuweza kusema kutokana na ule mwiko), nitakaposema, nitamsema kwako. Kwa kuogopa, alifanya zile njama za mimi kuuawa, kama ulivyoshuhudia."

Mfalme alimwamini mwanawe, akatuma yule mwanamke aletwe mbele yake; halafu akawaambia wote waliokuwa hadhirina, "Tumwue vipi huyu mwanamke?" Kuna waliomshauri amkate ulimi, na kuna waliopendekeza achomwe ulimi. Lakini yule mwanamke alipofikishwa mbele ya mfalme, alisema, "Kisa changu ni sawa na kisa cha mbweha na watu." "Kisa gani hicho?" Aliuliza mfalme, na yule mwanamke akawasimulia kisa cha ...

Mbweha na Watu

Mbweha mmoja aliingia katika jiji moja kwa kupitia tundu la ukuta wa lile jiji, akaingia katika ghala ya mtu mmoja, akaharibu kila kitu kilichokuwamo mle. Siku moja yule mtu alimwekea mtego, ukamnasa, akampiga yule mbweha kwa mjeledi wa ngozi mpaka akawa hana fahamu.

Akidhani amemwua, yule mtu alimtupa nje barabarani kwenye lango la jiji. Kule alitokea ajuza mmoja, akamwona yule mbweha, akasema, "Jicho la mbweha, akivishwa mtoto shingoni, ni kinga dhidi ya kulia kwa mtoto."

Alimtoa jicho la kulia, akaenda nalo. Halafu alitokea mtoto mmoja aliyesema, "Mkia huu wa mbweha una faida gani?" Naye akakata ile sehemu ya manyoya mengi.

Baada ya muda, alitokea mtu mwingine, akasema, "Nyongo ya mbweha, ikipakwa machoni, inatibu macho yasiyoona vizuri!"

Alichomoa kisu, akataka kumpasua tumbo yule mbweha. Lakini yule mbweha aliyekuwa hai, akajiambia, "Nimestahamili kutolewa jicho, na kule kukatwa mkia. Lakini kupasuliwa tumbo, hakuna awezaye kustahamili!" Hapo aliruka, akatoweka kupitia lango la jiji!"

Mfalme aliposikia yale aliyoyasema yule mtoto wa kike, akatamka mbele ya hadhara, "Mimi namsamehe, lakini hukumu yake imo mikononi mwa mwanangu. Kama anataka, amtese; na kama anataka, amwue."

"Msamaha ni bora kuliko kisasi," alisema mwana mfalme. "Kwani ni kitendo cha kiungwana." Mfalme alijibu, "Ni juu yako kukata shauri, mwanangu."

Mwana mfalme alimsamehe yule mtoto wa kike, akampa uhuru wake, lakini alimwambia aondoke katika milki yao, na Mwenyezi Mungu amsamehe kwa yale uliyoyatenda!

Mfalme alinyanyuka kutoka pale kwenye kochi alikoketi, akamkalisha mwanawe, akamvisha taji yake, akawataka wote waliokuwa hadhirina waape kuwa watamtii mfalme wao mpya, akiwaambia, "Enyi waungwana, mimi nimeshazeeka, na nimekata shauri kupumzika na kumhudumia Mwenyezi Mungu. Kwa hiyo, nawataka mshuhudie kuwa nauacha ufalme wangu kama nilivyoiacha taji, na kumkabidhi mwanangu mamlaka yangu yote."

Wanajeshi na wakuu wa serikali waliapa kuwa watamtii mwana mfalme. Toka siku hiyo, mfalme akawa anafanya tu mambo ya ibada, wakati mwanawe akiuimarisha na kuuendesha vizuri ufalme na utawala wake kwa ridhaa na furaha ya wananchi wake, mpaka siku zake zilipokwisha, na mtoa roho alipomfikia kutekeleza wajibu wake!

*   *   *

Shahrazad alipomaliza kusimulia kisa hiki cha kusisimua, mdogo wake Dunyazad alitamka, wakati Sultan Shahriyar akisikia, "Amma kusema kweli, dada yangu, una hadithi na visa vingi vya ajabu!"
"Hivyo vingine nilivyo navyo, ambavyo ningependa kuwasimulia, vinashinda vile mlivyovisikiliza! Kama Seyyid yangu atanipa idhini, inshaallah, kesho nitawasimulia visa vingine vya ajabu zaidi!"
Sultan Shahriyar alikubali, akasubiri kwa hamu kubwa kusikiliza hivyo visa vingine vya ajabu atakavyovisimulia Shahrazad kesho!

*   *   *

Faharasa

Alkemia	–	kemia, sayansi inayohusiana na asili ya vitu na mabadiliko yake
Tari	–	namna ya ngoma ndogo nyembamba iliyowambwa upande mmoja na kutiwa vibati kwenye kingo zake
Ya Seyyiddati	–	ewe bibi yangu
Harem	–	nyumba ya wake na masuria wa mtu, hasa mfalme au sultani
Ahali	–	familia; jamii ya watu wanaohusiana, aila
Afriti	–	aina ya jini mbaya sana; mtu mwovu
Hodhi	–	birika lililojengwa kwa saruji au chuma linalotumiwa kuwekea maji; birika la kuogea au la kutawadhia miskitini
Jasi	–	aina ya jiwe laini la chokaa
Rafu	–	ubao uliogongomewa ukutani kwa madhumuni ya kuwekea vitu
Leylatul Qadr	–	usiku wenye cheo; 27 Ramadhani ambapo Qur'an Tukufu iliteremshwa; usiku ambao inaamika dua zinakubalika.
Beta raha	–	msalani; bafuni, mahali pa kuogea
Kafuri	–	namna ya dawa yenye harufu kali ipatikanayo katika utomvu wa mti fulani.
'Ilmul-falak	–	(elimu ya falaki), elimu ya nyota, unajimu;
Kibama	–	aina ya keki au mkate uliotengenezwa kwa unga na ndizi; aina ya bumunda
Majlis	–	mahali pa kukaa au pa kupumzika
Msandali	–	mti unaonukia vizuri sana utumiwao kwa kujisinga

Ukitaka kuvifaidi visa hivyo vingine vipya, usikose kusoma kitabu cha tisa cha toleo hili jipya, kamilifu, la Alfu Lela U Lela!